മംഗളോദയം

ഭാഗവതം വഞ്ചിപ്പാട്ട്

ഭാഗവതപ്രേമി പ്രൊഫ.എം.കെ.എൻ. പോറ്റി

അധ്യാപകൻ, അഭിഭാഷകൻ, വിവർത്തകൻ, ഭാഗവതാചാര്യൻ.
കോട്ടയം ജില്ലയിലെ മേമ്മുറിയിൽ 1944 നവംബറിൽ ജനനം.
ഭുവനേശ്വർ പൂർവ ഭാഷാ കേന്ദ്രത്തിൽനിന്ന്
ബംഗാളിയിൽ ഡിപ്ലോമ, ബംഗാളി സാഹിത്യത്തിൽനിന്ന്
നിരവധി കൃതികൾ മലയാളത്തിലേക്ക് വിവർത്തനം ചെയ്തിട്ടുണ്ട്.
സംരക്ഷണത്തിന്റെ നിയമം, ന്യൂനപക്ഷാവകാശങ്ങളുടെ
ഉത്പത്തി വികാസങ്ങൾ, സാമ്രാജ്യത്വനീരാളി
പിടിമുറുക്കുമ്പോൾ മുതലായ സ്വതന്ത്രകൃതികൾ.

ഗ്രീൻ ബുക്സ് പ്രസിദ്ധീകരിച്ച
ഗ്രന്ഥകർത്താവിന്റെ ഇതര കൃതികൾ

ആദ്ധ്യാത്മികം

ഭാഗവത വിവേകം
ഭാഗവത സാക്ഷരത
ഭാഗവത മഞ്ജരി

വിവർത്തനങ്ങൾ

കല്യാണി
അന്തസ്സുള്ള നുണകൾ
യൗവ്വനത്തിന്റെ മുറിവുകൾ
പൂച്ചെണ്ടുകളുടെ കാലം
നിഷ്ക്കാസിത
പഥേർ പാഞ്ചാലി
ആരോഗ്യനികേതനം
കിരീടം
വീണ്ടും ലജ്ജിക്കുന്നു
യുധിഷ്ഠിരജന്മം

ആദ്ധ്യാത്മികം

ഭാഗവതം വഞ്ചിപ്പാട്ട്

ഭാഗവതപ്രേമി

പ്രൊഫ. എം.കെ.എൻ. പോറ്റി

MANGALODAYAM
an imprint of GREEN BOOKS

MANGALODAYAM
an imprint of GREEN BOOKS

mangalodayam
an imprint of green books pvt. ltd
gb building, civil lane road, ayyanthole,
thrissur- 680 003, kerala, ph: +91 487-2381066, 2381039
website: www.greenbooksindia.com
e-mail: info@greenbooksindia.com

malayalam
bhagavatham vanchippattu
devotional
by
prof. m.k.n. potty

published october 2022

cover design : rajesh chalode

printed in india
manipal technologies ltd.

branches:
thrissur 0487-2422515
thiruvananthapuram 0471-2335301
calicut 0495 4854662

isbn : 978-93-93596-50-5

₹ 140.00
GMGPL/122/2022

സമർപ്പണം

നൂറുരു പാടിക്കേട്ടെന്നും നൂറുരുപാടിക്കേട്ടെന്നും
വായിക്കാൻ പറ്റുന്നതാമീനശ്വരജന്മം
ആദ്യത്തെമാതിരിയാദ്യംതന്നെ വായിച്ചുപോകുന്ന
വാസന വാസുദേവന്റെ സമ്മാനമാർക്കും

ഭാഗവതപ്രേമംകൊണ്ടു ലഭിക്കേണമെന്നാശിച്ചു
ഭാഗവതപ്രേമി നൽകും ഈയത്തൃക്കാണിക്ക
സ്വീകരിച്ചനുഗ്രഹിക്കേണമെയെന്ന പ്രാർത്ഥനയും
ശ്രീഹരിഭക്തന്മാർക്കൊക്കെപ്രണാമങ്ങളും

നാരായണ നാരായണ നാരായണ നാരായണ
നാരായണ നാരായണ രാധേ ഗോവിന്ദ

2020 ഡിസംബർ രണ്ടിനുശേഷം ഇത്രയുമേറെ ദിവസങ്ങൾ ചന്ദ്രകളഭം പൂശിയ ഈ മണ്ണിൽ നൽകിയ ശാസ്ത്രത്തിനും പ്രയോക്താക്കൾക്കും എന്റെ മകൾക്കും സഹായിച്ച സഹകരിച്ച പ്രാർത്ഥിച്ച അനുഗ്രഹിച്ച ഏവർക്കും ഏതിനും എന്നും എന്നും...

പാരായണക്രമം

ഭാഗവതകഥകളും കഥാപാത്രങ്ങളും ഭൂവി-
ഭാഗങ്ങളും മനസ്സിൽത്തെളിഞ്ഞുവരുവാൻ
ഏതെങ്കിലുമൊരിടത്തൊരേമനസ്സുള്ളവരോ മ-
റ്റാരുമില്ലാതൊരാൾമാത്രമേകാന്തമായോ
താളത്തിൽത്തൻ ചെവിയിലീഗാനത്തിന്റെയീരടികൾ
വീഴത്തക്കവണ്ണം തെല്ലുയർന്നശബ്ദത്തിൽ
ഇടയ്ക്കെങ്ങാനർത്ഥചിന്തവന്നുവെങ്കിൽ ഒന്നുനിർത്തി-
യർത്ഥതലങ്ങളിൽ മിണ്ടാതിറങ്ങിച്ചെന്നും
തുടങ്ങുന്നതെവിടെ നിർത്തുന്നതുമെവിടെയെന്നു
നിയതമായ്ക്രമമൊന്നും ദീക്ഷിച്ചിടാതെ
കൃഷ്ണൻവന്നു വേണുവൂതി ഗോപിക ഞാനെന്നപോലെ
സ്വപ്നാടകനായെപ്പോഴും കടന്നുവരാം
പശ്ചാത്തലമേളമോടെ പൂജാവിധാനങ്ങളോടെ
വിസ്തരിച്ചും സപ്താഹമായിട്ടും വായിക്കാം
കാഴ്ചയില്ലാത്തവരന്യഭാഷമാത്രമറിയുന്നോർ മാത്രമേ
വെറുംകൈയോടെ ശ്രോതാവാകാവൂ
അപ്രകാരമുള്ളവരും ഹസ്തമേളഘോഷത്തോടെ
ഇപ്പാട്ടിന്റെ പല്ലവികളേറ്റുപാടണം

നാരായണ നാരായണ നാരായണ നാരായണ
നാരായണ നാരായണ രാധേ ഗോവിന്ദ

സംഗീത ഭാഗവതം

സ്കന്ധം 1

ബ്രഹ്മത്തിന്നു നമസ്കാരം ഏതൊന്നിൽ നിന്നിപ്രപഞ്ചം
ഉത്പന്നമായതുമേതിൽ നിന്നീടുന്നതും
ഏതൊന്നിൽ വിലയം പ്രാപിച്ചീടുന്നതുമേതൊന്നാണോ
ബ്രഹ്മാവിന്നു ബ്രഹ്മജ്ഞാനം നൽകീടുന്നതും
ഏതൊന്നാലേയെല്ലാംതന്നെ കാണപ്പെടുന്നതുമെന്നാൽ
ഏതൊന്നിനെ മാത്രമൊന്നും കാണുന്നില്ലയോ
ഏതൊന്നിനാലെല്ലാം പറഞ്ഞിടാമെന്നാലൊരുവാക്കും
ഏതൊന്നിനെപ്പറ്റിപ്പറയുന്നതില്ലയോ
ഏതൊന്നല്പമനല്പവും ഏതൊന്നുസ്ഥൂലവും സൂക്ഷ്മം
ഏതൊന്നേവം ബ്രഹ്മത്തിന്നു നമസ്കാരങ്ങൾ

1. ശൗനകാദിമഹർഷിമാർ കലി മാലിന്യമില്ലാത്ത
   നൈമിഷാരണ്യത്തിലെത്തി ഹിമാലയത്തിൽ
   വർഷമൊന്നു നീണ്ടുനിൽക്കും സത്രത്തിന്നു വസിക്കുമ്പോൾ
   ഹോമാദികൾ കഴിഞ്ഞുള്ളോരിടവേളയിൽ
   ജ്ഞാനികളിലഗ്രേസരൻ ശൗനകനങ്ങോട്ടുവന്ന
   സൂതനോടു ചോദിക്കുന്നു മഹാപണ്ഡിതാ
   കാതിനിമ്പം പകരുന്ന ലീലാവതാരരഹസ്യ
   ഗാഥകൾ ഞങ്ങൾക്കുവേണ്ടിപ്പറഞ്ഞിടാമോ?

2. വേദവ്യാസനെയും നരനാരായണനാദിയായ
   ദേവന്മാരെയും ശുകനാംബ്രഹ്മർഷിയെയും

വാണിയെയും നമസ്കരിച്ചേവമോതിസൂതൻ മുന്നേ
ജ്ഞാനിച്ചോദ്യത്തിനാലേറെ ധന്യനായ്തീർന്നു
ആത്മാവെന്നും ദൈവമെന്നും ബ്രഹ്മമെന്നും നാം വിളിക്കും
ഭഗവാനെപ്പറ്റി നമ്മൾ പറയുന്നതും
ഓർക്കുന്നതും കേൾക്കുന്നതും കീർത്തിച്ചിടുന്നതും പിന്നെ
ചിന്തിച്ചിടുന്നതും ഭാഗ്യമല്ലാതെന്തോതാം
ആനന്ദധാത്രിയാം ഭക്തിയൊരുവനുണ്ടാകിൽ മോക്ഷം
പ്രാപിക്കാനായ് വേണ്ടതില്ല വേറൊന്നും പാരിൽ

3. ലോകത്തിനുവേണ്ടിയേതുനിമിഷവുമോരോപുത്തൻ
രൂപങ്ങളെഗ്രഹിച്ചിടുമരൂപിയുടേ
ലീലകളെസത്യവതീപുത്രൻവർണ്ണിച്ചതു പണ്ടു
ശ്രീശുകൻപരീക്ഷിത്തിന്നുകേൾക്കുവാനായി
ഗംഗാതീരത്തിരുന്നന്നുവർണ്ണിച്ചതുദൈവവശാൽ
ഞാനും കേട്ടിട്ടുണ്ടതിപ്പോൾ നിങ്ങളോടോതാം

4. ഒന്നായിരുന്നവേദത്തെ നാലായി വിഭാഗം ചെയ്തു
വേദവ്യാസനടുത്തുള്ള ശിഷ്യർക്കു നൽകി
വേദാർത്ഥങ്ങൾ ചർച്ചചെയ്തു ധർമ്മനിഷ്ഠയ്ക്കുതകുന്ന
ഗാഥകളും കഥകളാലിതിഹാസവും
നൽകി വ്യാസൻ തൃപ്തി കൈവരാതെ ചിന്താകുലനായി
ശ്രീനാരദനപ്പോഴെത്തിച്ചേർന്നു പറഞ്ഞു.

5. കീർത്തിക്കപ്പെട്ടിട്ടുണ്ടങ്ങയുടെ കൃതികളിൽ ധർമ്മം
കീർത്തിച്ചിട്ടില്ലതുപോലെഹരിഗാഥകൾ
സൃഷ്ടിസ്ഥിതിസംഹാരങ്ങളവിടത്തെലീലകളാ-
ണവ മനുഷ്യരെ നന്നായ് കേൾപ്പിച്ചിടേണം
ജന്മകർമ്മബന്ധങ്ങളിൽനിന്നുമവമോചിപ്പിക്കും
എന്റെ കഥതന്നെയിപ്പോഴുദാഹരിക്കാം.

6. ദാസീപുത്രനായിരുന്ന ഞാനും ദ്വിജനിലയത്തിൽ
ദാസവൃത്തിചെയ്തു പക്ഷേ ഗോവിന്ദഭക്തി

വിപ്രസങ്കേതത്തിലെത്തിച്ചേർന്ന യതിമാരിൽനിന്നു
കിട്ടിയതുകൊണ്ടുഞാനും ധ്യാനലോലനായ്
ഹൃദയത്തിൽ ഭഗവാനെക്കണ്ടുപിന്നെശ്ശബ്ദംകേട്ടു
കാണുന്നുഞാനീജന്മത്തിലെങ്ങും ദേവനെ
ഹരിയെ സേവിച്ചുകൊണ്ടും കീർത്തനങ്ങൾപാടിക്കൊണ്ടും
അവനിയിലെവിടെയും സഞ്ചരിക്കുന്നു.

7. ഇപ്രകാരം നാരദന്റെ വാക്കുകളെച്ചിത്തതാരിൽ
വച്ചുകൊണ്ടുവ്യാസനൊരു ഗ്രന്ഥംരചിച്ചു
കുരുക്ഷേത്രയുദ്ധത്തിന്റെയവശിഷ്ടമായിത്തീർന്ന
ദ്രൗണി കൃഷ്ണാസുതന്മാരെയഞ്ചും വധിച്ചു
പിടിച്ചുകെട്ടിയമട്ടിൽ പാതകിയെ മുന്നിൽക്കണ്ടു
വിട്ടയച്ചാലുമെന്നോതി പാഞ്ചാലപുത്രി
ഏകാഭിപ്രായമല്ലെന്നുകണ്ടു ബുദ്ധിശാലിപാർത്ഥൻ
മൗലിരത്നംമുറിച്ചിട്ടുനാടുകടത്തി.

8. അസ്ത്രങ്ങളാലെന്റെ ഗർഭംപിളർക്കുന്നു രക്ഷിക്കണേ
ഉത്തരാരോദനംകേട്ടു, രക്ഷിച്ചു കൃഷ്ണൻ
കൃഷ്ണൻ പോവാൻതുടങ്ങുമ്പോൾ ദുഃഖം തന്നെയുണ്ടാവട്ടെ
തൃപ്പാദത്തിൽ ഭക്തിനൽകൂ കുന്തിപ്രാർത്ഥിച്ചു

9. അർത്ഥകാമങ്ങൾ ത്യജിച്ചു സ്വച്ഛന്ദമൃത്യുവായ്ത്തീർന്നു
ഭിഷ്മപിതാമഹൻ ധർമ്മപാഠങ്ങളെല്ലാം
ശരശയ്യയ്ക്കടുത്തെത്തിപ്രണമിച്ചധർമ്മജന്നു
വിവരിച്ചു ഭഗവാനെ സ്തുതിച്ചുകൊണ്ട്
പുഞ്ചിരിപ്പൂനിലാവിനാൽ കുളിരലതൂകിനിൽക്കും
കഞ്ജലോചനനെക്കണ്ടുതൃപ്പാദംപൂകി

10. പാപശങ്കകളെയെല്ലാം ഭീഷ്മവാക്യംകൊണ്ടുതീർത്തു
യഥാവിധി ധർമ്മപുത്രർരാജ്യംഭരിച്ചു
ദ്വാരകയിലേക്കുപോകാനൊരുങ്ങിയകാർവർണ്ണനെ
യാത്രയാക്കിപ്പുരസ്ത്രീകൾ മംഗളംനേർന്നു

ആനർത്തനെയനുഗ്രഹിക്കുവാനതു വഴിപോയി
ദ്വാരകയിലേക്കുവന്നു പാർത്ഥസാരഥി

11. ഏറെനാളായ്കാണാത്ത തൻപ്രജകളെത്തൃക്കടാക്ഷ
വാരിതൂകിക്കുളുർപ്പിച്ചു ദ്വാരകാനാഥൻ
മാതാപിതാക്കളെച്ചെന്നുപ്രണമിച്ചു പത്നിമാരെ-
ക്കാമമില്ലാക്കണ്ണുകൊണ്ടുതലോടികണ്ണൻ

12. ഉത്തരാഗർഭത്തിലേക്ക് തള്ളവിരലോളംകൊച്ചാ-
യെത്തിയന്നു സംരക്ഷിച്ച ഗർഭസ്ഥശിശു
തന്റെ ചുറ്റും രക്ഷയുടെ വേലി തീർത്ത കാരുണ്യത്തെ-
ക്കണ്ടുകൊണ്ടുപത്താംമാസംഭൂജാതനായി.

13. സന്ന്യാസിയായ് മൈത്രേയനിൽനിന്നുമാദ്ധ്യാത്മികവിദ്യ
സമ്പാദിച്ച വിദുരനും തിരിച്ചുവന്നു
അന്ധനരപതിയെയും ഗാന്ധാരിയെയും വിദുരർ
കൊണ്ടുപോയി വാനപ്രസ്ഥം സ്വീകരിക്കുവാൻ
അവരെയോർത്തത്യധികം വിലപിച്ച ധർമ്മജനെ
അനുനയിക്കുവാൻ വന്നു നാരദമുനി
ഭഗവാന്റെ ലീലയാണിക്കാണ്മതെല്ലാമെന്നറിഞ്ഞു
മനസ്സിനെയടക്കേണം ദുഃഖിച്ചിടൊല്ലാ.

14. ദുർന്നിമിത്തങ്ങളൊട്ടേറെക്കണ്ടിട്ടസ്വസ്ഥനായിട്ടു
ധർമ്മജൻ അർജ്ജുനനോടു ചോദിച്ചിതേവം
ദ്വാരകയിൽ യാദവന്മാർക്കൊക്കെസുഖമല്ലേ കൃഷ്ണൻ
ദാരങ്ങളൊത്തു സന്തോഷിച്ചിരിക്കയല്ലേ
യദുപുരിസുഭിക്ഷമാണല്ലേയാദവന്മാരൊക്കെ
മധുരിപുവിനോടൊത്തുസുഭദ്രമല്ലേ

15. ഏവം ചോദിച്ചതുകേട്ടു തെല്ലുലഞ്ഞമനസ്സോടെ
യാദവന്മാർ ശാപാഗ്നിയിലൊടുങ്ങിയതും
ഭൂഭാരത്തെതീർത്ത കൃഷ്ണൻ ദിവ്യസ്ഥാനം പ്രാപിച്ചതും
ബോധിപ്പിച്ചുപാർത്ഥൻ തന്റെയഗ്രജനോടായ്

വിഷ്ണുരാതനെ നൃപനായ് നിയോഗിച്ചു ധർമ്മജനും
ഹസ്തിനം വെടിഞ്ഞുപോയി ഹിമാലയത്തിൽ
പാണ്ഡവരും ദ്രൗപദിയുമഗ്രജനെപ്പിൻതുടർന്നു
പാതയോരങ്ങളിലന്ത്യ വിശ്രമം നേടി

16. ബ്രഹ്മാസ്ത്രത്തിൽ ദഹിച്ചതൻ പുനർജ്ജന്മം ഗർഭത്തിൽ
വന്നന്നുതന്നെ തന്നതു ശ്രീകൃഷ്ണനാണെന്നും
കൃഷ്ണഭക്തരായ തന്റെ പിതാമഹർ മരിച്ചെന്നും
പരീക്ഷിത്തറിഞ്ഞു രാജ്യം ഭരിച്ചകാലം
കൊടികുത്തി വാഴുമധർമ്മത്തിൻ ഹേതുകലിയെന്നു
മറിഞ്ഞപ്പോൾ കലിശിക്ഷക്കിറങ്ങി ഭൂപൻ

17. ഗോരൂപത്തിൽ മെലിഞ്ഞേറെ ക്ഷീണിച്ചതാം ഭൂമിയെയും
കാളയായടുത്തുനിൽക്കും ധർമ്മത്തിനെയും
രാജവേഷമണിഞ്ഞൊരു ക്രൂരൻ വന്നു തല്ലുന്നതു
വാളേന്തിയ മന്നൻ കണ്ടുവധോദ്യുക്തനായ്
മാപ്പുനൽകാമെന്റെ രാജ്യം വിട്ടുപോകാമെങ്കിലെന്നു
കേട്ടു, കലിയഞ്ചു സ്ഥാനങ്ങളിലൊതുങ്ങി
ചൂതുപൊന്നു മദ്യപാനം വ്യഭിചാരം പ്രാണിഹിംസ-
യേവമഞ്ചിൽ കലിയിന്നുമൊതുങ്ങി വാഴ്വൂ
അങ്ങോട്ടുചെന്നാശ്രയിച്ചാൽമാത്രമാണു കലിയുടെ
മുന്നിൽച്ചെന്നുവീഴുന്നതെന്നോർക്കേണംനമ്മൾ

18. ഇപ്രകാരം വിജയിച്ചു മൃഗങ്ങളെ വേട്ടയാടി-
യെത്തിച്ചേർന്നു കൊടുംകാട്ടിൽ ദാഹാർത്തനായി
ഒരിറക്കുനീരിനായിച്ചെന്നു വിളിച്ചപ്പോൾ മുനി
യവഗണിച്ചതാണെന്നോർത്തതിരുഷ്ടനായ്
ചത്തൊരു പാമ്പിനെ നൃപൻ മുനിയുടെ തോളിലേക്ക്
വച്ചുകൊണ്ടപ്പോഴേ തന്റെയരിശംതീർത്തു
വാർത്തയറിഞ്ഞേഴാം നാളിലിവൻ തക്ഷകൻകടിച്ചു
മൃത്യുപ്രാപിക്കട്ടെ മുനി പുത്രൻ ശപിച്ചു.

19. പശ്ചാത്താപവിവശനായ് ശുദ്ധീകരിച്ചമനസ്സിൽ
തൃപ്തിയോടെയേറ്റുവാങ്ങി രാജാധിരാജൻ
ഉപവാസമനുഷ്ഠിച്ചു ഗംഗാതീരത്തിലേക്കെത്തി
മുനിമാരെയും വന്ദിച്ചു കാത്തിരിക്കുമ്പോൾ
അങ്ങോട്ടേക്കു യദൃച്ഛയാ വന്നണഞ്ഞ ശുകനോടു
അന്ത്യകാലത്തെന്തുനല്ലൂ കർത്തവ്യമെന്നും
എന്തുകർത്തവ്യമല്ലാത്തതുമെന്നരുളിച്ചെയ്യണേ-
യെന്നപേക്ഷിച്ചതിനുത്തരം നൽകിമുനി.

സ്കന്ധം 2

1. അങ്ങയുടെ ചോദ്യം ലോകഹിതമാകുമൊരുത്തരം
തന്നിടുവാനുള്ളഭാഗ്യമെനിക്കുതന്നു
ദേഹാസക്തി കൈവെടിഞ്ഞു ഹരിയെസ്മരിക്കയൊന്നേ
ദേഹാവസാനകാലത്തു മർത്ത്യൻചെയ്യേണ്ടു
പതിന്നാലുലോകമാകും വിരാട്പുരുഷരൂപത്തെ
ഇനിയേഴുദിനമോർത്തു സദ്ഗതിനേടാം.

2. സ്ഥൂലരൂപമാണീലോകം ഭഗവാന്റെസൂക്ഷ്മരൂപം
ധ്യാനിക്കുന്നവരിലിതു തെളിഞ്ഞുവരും
നിഷ്കാമയോഗിയാണെങ്കിൽ ദേഹം പതിക്കുമ്പോൾ തന്നെ
സദ്യോമുക്തിസംഭവിക്കും സകാമനെങ്കിൽ
ക്രമമുക്തിലഭിച്ചീടും പതനം കാമാസക്തനേ
ഭവിക്കൂ, ഹരിസ്മരണകീർത്തനങ്ങളാൽ
ശ്രവണമനനങ്ങളാൽ സദ്യോമുക്തിനേടുവാനാ
യിനിയേഴുദിവസങ്ങളങ്ങേയ്ക്കുണ്ടല്ലോ

3. ആഗ്രഹങ്ങളോരോന്നിനുമോരോദേവന്മാരെമർത്ത്യർ
ആശ്രയിച്ചിടുന്നു മോഹം സാധിച്ചിടുന്നു.
എല്ലാ മോഹങ്ങൾക്കും ഒരു മോഹവുമില്ലാത്തവർക്കും
എന്നും ഹരിതന്നെയാണുമോക്ഷേച്ഛുക്കൾക്കും
മാനസേന്ദ്രിയങ്ങൾകൊണ്ടുഹരിസേവ ചെയ്യുന്നവർ
ഭാഗ്യവാന്മാർ ജ്ഞാനം, മോക്ഷം രണ്ടും നേടുന്നു
ഹന്ത! കഷ്ടംഹരിസേവചെയ്യാത്തൊരു മനുഷ്യനു
തൃപ്തിയില്ല ജ്ഞാനമില്ല മോക്ഷവുമില്ല

4. ആരീലോകം സൃഷ്ടിച്ചുരക്ഷിച്ചു സംഹരിച്ചിടുന്നു
എന്തൊക്കെയാശക്തിയുടെ മറ്റുശക്തികൾ
വ്യാസനെയും ഭഗവാനെയും സാരസ്വത മന്ത്രത്താൽ
വാഴ്ത്തിയിട്ടു ശുകനിവയ്ക്കുത്തരം നൽകി.

5. നാരദൻതൻപിതാവായ ബ്രഹ്മാവിനോടായാരാഞ്ഞു
ഏതുവിധമീജഗത്തെന്നെന്നോടോതേണം
സർവ്വജ്ഞനാണവിടന്നു, ബ്രഹ്മാവുപറഞ്ഞുപുത്രാ
സർവ്വതും ഭഗവാനാണ് ത്രിഗുണങ്ങളാം
സത്വ രജസ്തമസ്സുകൾ വികസിച്ചുചിത്താദിയും
ശ്രോത്രാദിയുമായ് ജലത്തിൽ സമ്മിളിതമായ്
അണ്ഡമായ്ത്തീർന്നതിൽനിന്നും വിരാട്പുരുഷൻ ജനിച്ചു
പിന്നെയെല്ലാമതിൽനിന്നു വിടർന്നുപുത്രാ.

6. ആയിരം കൈകാലുകളും തലകളും കണ്ണുകളും
ആയോരുപുരുഷനാണു വിരാട്പുരുഷൻ
ആയവന്റെയവയവങ്ങളീരേഴുലോകങ്ങളും
ആയവനെയാരാധിപ്പൂ സദാകാലം ഞാൻ
ആയവനാണോരോകല്പത്തിലുമെന്നെക്കൊണ്ടുതന്നെ
ഈ വിധത്തിൽ സൃഷ്ടിസ്ഥിതിസംഹാരങ്ങളാൽ
ഇപ്രപഞ്ചമെന്നമിഥ്യയനുഭവിപ്പിച്ചിടുന്നു
മറ്റൊന്നല്ല മകനേയിക്കാണുന്നതൊന്നും

7. രൂപമില്ലാത്തവനാണനേകരൂപങ്ങളെസ്സ്വയം
രൂപപ്പെടുത്തി വേദത്തെ നാലായ്പ്പെടുത്തി
ആരിൽനിന്നെനിക്കീജ്ഞാനം ലഭിച്ചതത്തമ്പുരാനെ-
നീ സേവിക്ക സേവിപ്പിക്കമർത്ത്യരെക്കൊണ്ടും

8. അച്ഛൻ പകർന്നുകൊടുത്ത വിജ്ഞാനം മകനാർക്കൊക്കെ
യെത്തിച്ചുകൊടുത്തുമുനേയെനിയ്ക്കുമോഹം
ചിത്തതാരിൽ ഭഗവാനെ വച്ചുകൊണ്ടുദേഹംവിട്ടു
ചിത്പാദത്തിലെത്തിച്ചേരാൻ സഹായിക്കണേ

ദേഹത്തിനാത്മാവിനോടു ബന്ധമേതുമട്ടിലാണു
ഏതൊക്കെവിധത്തിലുണ്ട് ധർമ്മമാർഗ്ഗങ്ങൾ
വേദപുരാണാദികളെയേതേതു വിധത്തിൽക്കാണാ-
മോതുകെല്ലാമവിടന്നുസർവ്വജ്ഞനല്ലോ
രാജാവിന്റെ ചോദ്യമേവം കേട്ടുഹർഷപുളകിത-
നായിശുകൻ ഉത്തരങ്ങൾ നൽകാൻ തുടങ്ങി

9. വൈകുണ്ഠത്തിലെത്തിബ്രഹ്മാവേറെക്കാലം ചെയ്തതപ-
സ്സിന്റെഫലമായൊരിക്കൽ, ചൊല്ലിഭഗവാൻ
മുമ്പുതന്നെയവ്യക്തമായ് ഞാൻ സൃഷ്ടിച്ച പ്രപഞ്ചത്തെ
വ്യക്തമാക്കി സൃഷ്ടിചെയ്തു പ്രകാശിപ്പിക്ക
സൃഷ്ടിച്ചിടുന്നവൻ, സൃഷ്ടി, സൃഷ്ടിക്കപ്പെടുന്നതും ഞാൻ
മറ്റൊന്നില്ലായെന്നിൽ നിന്നുമന്യമായ്പുത്ര
ഇപ്പോഴെന്നല്ലിനിയുമുണ്ടാകയില്ല ഞാനല്ലാതെ
മറ്റൊന്നുമങ്ങേക്കുണ്ടാകാ കർമ്മബന്ധങ്ങൾ

10. സൃഷ്ടികർമ്മത്തിലീവണ്ണം ശ്രീഹരിയാൽ പ്രേരിതനായ്
മർത്യദേവാസുരതിര്യക് സൃഷ്ടികൾചെയ്തു
വ്യാസനതുവർണ്ണിക്കുന്നു പത്തുലക്ഷണങ്ങളുള്ള
ശ്രീമദ്ഭാഗവതമായിട്ടതുകേൾക്കനീ
വിഷ്ണു രാതനോടു ശുകൻ വിദുരനോടു മൈത്രേയൻ
ഇപ്രകാരം സംവാദങ്ങളാണിക്കഥകൾ.

സ്കന്ധം 3

1. അന്ധനാകുമഗ്രജന്റെ പുത്രനോതിയവാക്കുക-
ളന്തഃരംഗത്തിലേൽപ്പിച്ചമുറിവുമായി
ധർമ്മിഷ്ഠനാം വിദുരരനേകതീർത്ഥങ്ങളിൽമുങ്ങി
ജന്മശുദ്ധിവരുത്തുന്നയാത്രയ്ക്കിടയിൽ
കാളിന്ദീതടത്തിൽ വച്ചുകണ്ടുമുട്ടി ഭഗവാന്റെ
കാരുണ്യത്താലുദ്ധവനെയവർ തങ്ങളിൽ
കാണുകയാണനേകനാളുകൾ കഴിഞ്ഞതുകൊണ്ടു
കാർവർണ്ണന്റെ വിശേഷങ്ങളോരോന്നാരാഞ്ഞു
പാർത്ഥന്മാരുടെയും തന്റെ ജ്യേഷ്ഠനായ ധൃതരാഷ്ട്ര-
പാർത്ഥിവന്റെയും കാര്യങ്ങളോരോന്നാരാഞ്ഞു

2. ബാല്യകാലം മുതൽതന്നെയീശ്വരാർപ്പിതമതിയും
കാർവർണ്ണന്റെ ശിഷ്യനുമാം ബുദ്ധിസത്തമൻ
വൃഷ്ണിപ്രവരനുദ്ധവൻ ഓർമ്മകൾതൻതള്ളലാലേ
കഷ്ടപ്പെട്ടു മിണ്ടാൻപോലും ശക്തനായില്ല
ഒരുവിധമോതിപിന്നെയദുകുലമാകെത്തന്നെ
ഹതഭാഗ്യർ തിരിച്ചറിഞ്ഞില്ല കൃഷ്ണനെ
പരമാത്മാവാകും കൃഷ്ണൻതിരുവടികളെയവർ
ഒരുവെറും മനുഷ്യനായ്മാത്രം ഗണിച്ചു.

3. ബന്ധമാരോടേതെങ്കിലും വിധത്തിലുണ്ടായാൽത്തന്നെ
ബന്ധമുക്തി നിൽകിടുമബ്ബന്ധുവുള്ളവർ
മോക്ഷത്തിന്റെവഴിനേടാനാർക്കുമാശ്രയമായുള്ള
മോക്ഷദരാം മുനിമാരെയപഹസിച്ചു

ശപിക്കപ്പെട്ടവർ വംശംതുലച്ചു എന്ന വൃത്താന്തം
ഹരിതനിക്കാത്മജ്ഞാനം നൽകിയെന്നതും

4. പറഞ്ഞിട്ടുദ്ധവൻ ചൊല്ലി യാദവരുമവരുടെ
ദ്വാരകയും നശിച്ചിടുന്നതിനുമുമ്പേ
ബദരിയിലേക്കെന്നെയയച്ചിരിക്കുകയാണ്
പരംപൊരുളവിടന്നു മൈത്രേയപാർശ്വം
ഗമിക്കുകഭാഗവതമങ്ങേക്കുനൽകുവാൻ കൃഷ്ണൻ
നിയോഗിച്ചിട്ടുണ്ടെന്നറിയിച്ചു നടന്നു.

5. ആരാണീപ്രപഞ്ചം സൃഷ്ടിചെയ്തതെന്തിനെന്നുമുള്ള
ജ്ഞാനമെനിക്കേകീടണം പരമഗുരോ
മൈത്രേയനെച്ചെന്നു കണ്ടുവിദുരർ ചോദിച്ചിതേവം
ഉത്തരമായ് മഹർഷിയും ചൊന്നിതപ്പോഴേ
ഏകവുമദ്വയവുമായൊരു സത്തയാണാദിയിൽ
അതുപിന്നെ മഹത്തത്ത്വമായിതുസൗമ്യ
സത്വരജസ്തമോമയമാകുമഹങ്കാരം പിന്നെ-
യത്തത്ത്വത്തിൽനിന്നുമുണ്ടായ് വികാസമാർന്നു

6. തന്മാത്രകളിന്ദ്രിയങ്ങൾ മഹാഭൂതങ്ങളുമഹം-
കാരത്തിൽനിന്നുമുണ്ടായിവിരുദ്ധങ്ങളായ്
ഇണങ്ങാതെയവനിന്നപ്പോളിന്ദ്രിയദേവതകൾ
സ്തുതിക്കവേതത്വങ്ങളെ സംയോജിപ്പിച്ചു
സർവ്വപ്രാണി സ്വരൂപമായ് സ്വർണ്ണാഭമാമണ്ഡമായി
ട്ടായിരത്താണ്ടതുമട്ടിൽനിന്നു ഭഗവാൻ
അതുപൊട്ടിവിടർന്നപോൽ ഉണ്ടായതാണിക്കാണുന്ന
സമഷ്ടിരൂപമായുള്ള ജഗത്തുകാൺക

7. പരാപേക്ഷയില്ലാതെന്നുംതന്നിൽമാത്രം രമിക്കുന്ന
കേവലജ്ഞാനമാണതുഭഗവാനത്രേ
മായയാൽ ബദ്ധനെന്നപോൽ ശോഭിക്കുന്ന ചിദ്രൂപത്തെ
ധ്യാനിക്കുന്ന വചസ്സുകൾസഫലംനൂനം

ഭഗവാന്റെ ധർമ്മം അർത്ഥംമോക്ഷമെന്നീവിഭൂതികൾ
ഭഗവത്പ്രീതിക്കായിപ്പോൾപറഞ്ഞുതരാം.

8. സങ്കർഷണൻസനത്ക്കുമാരന്നുപദേശിച്ചതാമീ
സംഹിതയാം ഭാഗവതമങ്ങേയ്ക്ക്നൽകാം
ഭഗവാന്റെ വിഭൂതികളാണവ പദ്മകല്പത്തിൽ
വിധിയവിടത്തെസ്തുതിച്ചർത്ഥിച്ചുനേടി.

9. അറിയുന്നേനവിടത്തെപ്രഭാവം ഞാനഖിലവും
പ്രഭോസർവ്വമൂലമങ്ങേയാശ്രയിക്കുന്നോർ
ഭവഭയവിമുക്തനാം ഈയുള്ളവനിപ്പോൾസൃഷ്ടി
കാമനാണുകനിയേണമെന്നപേക്ഷിച്ചു
ഭഗവാൻ കനിഞ്ഞുരച്ചുപ്രസന്നൻ ഞാൻ സൃഷ്ടികർമ്മം
തുടങ്ങിക്കൊള്ളുക സദാ നന്മഭവിക്കും.

10. കേൾക്കേണ്ടതു കേട്ടതിനാൽ സൃഷ്ടിമാത്രചിത്തനായി
പ്രാകൃതവൈകൃതങ്ങളായ് ഒൻപതുമട്ടിൽ
കൗമാരസർഗ്ഗവുംചെയ്തു, സ്വേദജമണ്ഡജം പിന്നെ
ഉദ്ഭിജവും ജരായുജമെന്നീവിധത്തിൽ
പലവിധസൃഷ്ടികളിൽ രജോഗുണപ്രധാനരാം
ജരായുജങ്ങളിൽപ്പെടും മനുഷ്യവർഗ്ഗം

11. വേധംലവം നാഴികയെന്നതുമട്ടിൽ ദിനരാത്ര
മാനങ്ങളും ശ്രീഹരിതൻ ശക്തിയാംകാലം
ജീവികളിൽ ബാല്യാദികളാമവസ്ഥകൾതീർക്കുന്ന
കാലശക്തിയാം ഹരിയെ പ്രണമിച്ചിടാം

12. സനകാദികളെപ്പിന്നെ രുദ്രനെയുംപുലഹാദി
മുനിമാരെ നാരദനെ വാണിദേവിയെ
വേദേതിഹാസപുരാണയജ്ഞങ്ങളെവിചിത്രമാ
യീവിധം സൃഷ്ടികൾ ചെയ്തു തേജോമയങ്ങൾ
പിന്നീടു നാന്മുഖൻ തന്റെ മേനി പകുത്തു രണ്ടായി
ട്ടൊന്നിൽ നാരിയുണ്ടായൊന്നിൽ നരനുണ്ടായി

വരാഹാവതാരം

13. ഇക്കാലത്തുപ്രളയത്തിലാണ്ടുപോയധരണിയെ
യുദ്ധരിക്കാൻ വിധിയുടെ നാസാദ്വാരത്തിൽ
നിന്നുമൊരു പന്നിക്കുട്ടി വിരലോളമതുപിന്നെ
പർവ്വതംപോലെവളർന്നു തേറ്റയിലേറ്റി
ധരിത്രിയെത്തിരിച്ചെത്തിച്ചാമേനിയിൽത്തന്നെകാട്ടി
യജ്ഞത്തിനുവേണ്ടതെല്ലാം വാനവർ വാഴ്ത്തി.

14. ആരിക്കൊല്ലപ്പെട്ടതെന്നു വിദുരർചോദിച്ചു സന്ധ്യാ
നേരത്താണു ദിതിപുത്ര ദാഹാർത്തയായി
കാമാവിഷ്ടയായിത്തീർന്നു കശ്യപനെയുമതുപോൽ
കാമാവിഷ്ടനാക്കിയന്തിക്കഭിരമിച്ചു
കശ്യപനോതിയവളോടിതിൽനിന്നു രണ്ടുപുത്ര-
രുത്പന്നരാമവർ ലോകദ്രോഹികളാകും
ഭഗവാനാൽ വധിക്കപ്പെടുമെങ്കിലുമൊരുപൗത്രൻ
അവനിയിൽ ഭക്തന്മാർക്കു ദൃഷ്ടാന്തമാകും.

15. യോഗിവര്യന്മാരാം കുമാരന്മാർ ഭഗവാനെക്കാണ്മാൻ
വൈകുണ്ഠദൃശ്യങ്ങൾ കണ്ടുമുന്നേറിടുമ്പോൾ
കാവൽക്കാരാം ജയവിജയന്മാർ തടഞ്ഞതുമൂലം
നീചയോനിയിൽ പിറക്കാൻ ശപിച്ചുപോയി
ആ നേരത്തു കൈയിലൊരു താമരപ്പൂവുമായ്ദേവൻ
ആഗമിച്ചുമാമുനിമാർ വാഴ്ത്തിസ്തുതിച്ചു

16. കൈകൾകൂപ്പിക്കൊണ്ടു മുമ്പിൽനിൽക്കുന്ന ഭൃത്യരോടപ്പോൾ
നിങ്ങളസുരന്മാരാവും മുനിവചനം
വ്യർത്ഥമായിടുകയില്ല മൂന്നു ജന്മങ്ങളിൽ നിങ്ങൾ
ശത്രുഭാവത്തോടെയെന്നെ സേവിച്ചിടുക
അതുകഴിഞ്ഞിട്ടു നിങ്ങൾക്കെന്നെ വന്നുപ്രാപിച്ചീടാം
ബന്ധങ്ങളിൽ നിന്നെല്ലാം മുക്തരായിത്തീരാം.

17. ഭക്തിവിനയങ്ങളോടെ ഹരിയെ നമസ്കരിച്ചു
പുത്രന്മാരായ് ദിതിക്കവർ രണ്ടാളുകളും

ഹിരണ്യാക്ഷനനുജനും ഹിരണ്യകശിപു ജ്യേഷ്ഠൻ
അടൽതേടി നടക്കുമ്പോളനുജനോടു
വരുണൻ പറഞ്ഞു യുദ്ധവിശാരദനായവിഷ്ണു
സവിധത്തിലേക്ക് ചെല്ലൂ പൊരുതി നോക്കൂ.

18. ലോകത്തെല്ലാംതാൻ കൊതിക്കും പ്രതിദ്വന്ദിയെക്കാണാനായ്
തേടിച്ചെന്നു കാണാഞ്ഞിട്ടുനീരാട്ടിനായി
പ്രളയക്കടലിൽ നീന്തിക്കളിക്കുമ്പോൾ തേറ്റകളിൽ
ധരണിയെയുദ്ധരിച്ചുവരുന്നുവിഷ്ണു
മൃഗാധമ ഞങ്ങളുടെ കളിപ്പാട്ടം തട്ടിക്കൊണ്ടു
കടക്കാൻ നിനക്കെങ്ങനെ ധൈര്യം ലഭിച്ചു.
എന്നതിനു മറുവാക്കായ് മഹാവിഷ്ണുവും പറഞ്ഞു
ചൊന്നതൊക്കെ നിനക്കു പാഴ്വാക്കുകളാകും.

19. ലീലാരണമാടി കൈയ്യിൽ ഗദയും ശൂലവുമുള്ള
മായാവിയോടപ്പോൾ വിഷ്ണുനിരായുധനായ്
കർണ്ണമൂലത്തിലക്കൈകൾകൊണ്ടിടിച്ചു മരിക്കുമ്പോൾ
പ്രകാശാദീപമായ് തിരുദർശനം നൽകി
തേറ്റയിൽ ഭൂമിയും ചൂടി വരുന്നൊരത്ഭുതരൂപം
നോക്കിക്കൊണ്ട് ദേവലോകംസ്തുതികൾ പാടി.

20. യക്ഷന്മാർരക്ഷസ്സുകളും കാമഭോഗൈകരതന്മാർ
അസുരന്മാർ പിശാചുക്കൾ പിതൃഗണങ്ങൾ
സാധ്യന്മാരെന്നീമട്ടുള്ള സൃഷ്ടികളിൽത്താൻ കൊതിച്ച
ശ്രേഷ്ഠതകൾ കാണാഞ്ഞിട്ടു കുപിതനായി
തന്റെ മേനി വിഭജിച്ചു മിഥുന ഭാവം കൊടുത്തു
സന്തതികളെ നേടിയാശിച്ചപോലെ.

21. കർദ്ദമനെന്നൊരു പ്രജാപതി ബ്രഹ്മപ്രേരണയാൽ
തപസ്സനുഷ്ഠിച്ചിടുമ്പോൾ പ്രത്യക്ഷനായി
ഹരിയോതി മനുപുത്രി ദേവഹൂതി സരാഗയായ്
നിനക്കുപത്നിയായ് വരും സ്വീകരിക്കുക
ഒൻപതുപുത്രിമാരുണ്ടാം പത്താമതുപുത്രനായി
ഞാൻ തന്നെയും വരാമെന്നു വാഗ്ദാനം ചെയ്തു.

22. പ്രത്യുത്ഥാനം ചെയ്തു മുനി സ്വീകരിച്ചു മനുചൊല്ലി
സിദ്ധനായ് ഞാനങ്ങയുടെ സത്ക്കാരംമൂലം
ഗുണവതിയാമിവളെ പരിഗ്രഹിക്കുക ഭവാൻ
മകളെക്കൊടുത്തുകൊണ്ടുപറഞ്ഞുമനു
ഇവളെനിക്കാത്മസദൃശയാം ധർമ്മപത്നിയാണു
പറഞ്ഞുകൊണ്ടേവംമുനിപരിഗ്രഹിച്ചു.

23. ബിന്ദുസരസ്സിൽക്കുളിച്ചു രതിതുല്യയായിത്തീർന്ന
സുന്ദരികാന്തനോടൊപ്പം വിമാനമേറി
ദിവ്യലോകങ്ങളിൽചെന്നലഭ്യസുഖങ്ങളുംനേടി
പുത്രിമാരൊൻപതു മുഗ്ദ്ധകന്യകളെയും
തപോവനം പൂകാനൊരുങ്ങിടും മുനിയെത്തൊഴുതു
പ്രിയതമയോതിയൊരുപുത്രനെക്കൂടി
തരേണമേ കൂട്ടിനായ്, ഇക്കന്യകളെകൊടുക്കുമ്പോൾ
തനിച്ചു സംസാരക്കടൽ നീന്തിക്കടക്കാൻ

24. ഖേദിക്കേണ്ട ഞാൻ പോകുന്നില്ലെന്നിങ്ങനെ ഭർത്താവിന്റെ
സാന്ത്വനത്താലാശ്വസ്തയായ് യഥാസമയം
കപിലനെ പ്രസവിച്ചു, കർദ്ദമനും പുത്രിമാരെ
വരന്മാർക്കുനൽകി മാതാവിനെപ്പുത്രങ്കൽ
സമർപ്പിച്ചു പരഗതി പ്രാപിക്കുവാൻ തപസ്സിന്റെ
യഗാധതകളിലേക്ക് മടങ്ങിവീണ്ടും

25. ഇന്ദ്രിയവിഷയങ്ങളിൽ മനസ്സൊട്ടിപ്പിടിക്കുമ്പോൾ
ബന്ധനമാത്മാവിനുണ്ടാമല്ലയെങ്കിലോ
സ്വതന്ത്രമാം ആമനസ്സു തന്നെ മോക്ഷത്തിനുവേണ്ടി
വഴിതുറക്കുമതിന്നുസജ്ജനസംഗം
എല്ലായിടത്തും ഹരിയെകാണിച്ചുതരുന്നഭക്തി
നിർഭയത്വമിവകൊണ്ടുതന്നെലഭിക്കും.

26. സ്ഥൂലഭൂതങ്ങളായഞ്ചുമഞ്ചും പിന്നെ സൂക്ഷ്മങ്ങളും
ഇന്ദ്രിയങ്ങൾ പത്തതുപോലറിയാൻ ചെയ്യാൻ
നാലുമട്ടിലുള്ളചിത്തം ഇപ്രകാരം പ്രാകൃതങ്ങൾ
പിന്നെയൊന്നുപുരുഷനോ ജഗന്നായകൻ

അവന്റെ സന്നിധിയിലാണവകർമ്മങ്ങൾ ചെയ്യുവാൻ
കഴിവുകൾ കൊടുക്കുന്നതവൻതാനത്രേ
എന്നറിഞ്ഞപ്പുരുഷനെ സ്മരിക്കണമെല്ലായ്പ്പോയ്പ്പോഴും
എന്തിന്റെയും മീതെയായിക്കാരണമായി

27. കർത്താവല്ല ഭോക്താവുമല്ലപ്പുരുഷൻ ഗുണങ്ങളാൽ
ബാധിക്കപ്പെടുന്നുമില്ല പ്രപഞ്ചാതീതൻ
സംസാരമോചനം കിട്ടാൻശമദമാദികളോടെ
ആത്മചിന്തനം ചെയ്യേണംയോഗിയെപ്പോഴും
ഭക്തിവിരക്തികളാലേ സാക്ഷാത്ക്കാരം കൈവരിച്ചാൽ
മായാഗുണങ്ങളാൽ ബദ്ധനാവില്ല പിന്നെ

28. ഏകാന്തസ്ഥലത്തിരുന്നു യോഗപരിശീലനത്താൽ
മാലിന്യമൊക്കെയും തീർന്നുമനംതെളിഞ്ഞാൽ
മധുരപ്പുഞ്ചിരിതൂകും മഴക്കാറിൻനിറംപൂണ്ട
ഭഗവദ് രൂപത്തെയുള്ളിൽ വരച്ചെടുക്കാം
ഇഹജീവിതത്തിൽത്തന്നെ മുക്തനാകാം ജീർണ്ണമാമീ
ഉടൽവെടിയുവാനേതുംക്ലേശമുണ്ടാകാ.

29. സത്വരജസ്തമോഗുണഭേദങ്ങളിലുണ്ടുഭക്തി
ഉൾപ്പിരിവുകളവയ്ക്കനേകമുണ്ടാകാം
നിർഗുണമാം ഭക്തിയാണുത്തമഭക്തിയെന്നുറച്ചു
സകളാരാധനയിലുമതുൾക്കൊള്ളേണം

30. കുടുംബപോഷണമതിൽ മാത്രം ശ്രദ്ധവച്ചുകൊണ്ടും
ചെറുതൊന്നുപിഴക്കുമ്പോഴാകെത്തകർന്നും
മരുവുന്നു പാപാത്മാക്കൾ അവർക്കുജീവിതമെങ്ങും
നിറഞ്ഞനിത്യദുഃഖത്തിൽ പര്യായമാകും
അന്ത്യകാലത്തൂർദ്ധ്വശ്വാസത്തിന്നിടയ്ക്കും പാപികളെ
തല്ലിടുന്ന യമഭടർകൂടെയുണ്ടാകും
താമിസ്രാദിലോകങ്ങളിൽയമഭൃത്യർ പാപത്തിന്റെ
തോതനുസരിച്ചുകൊടും ശിക്ഷ നൽകുന്നു
ഏവം ജീവിതത്തിലെന്നുമാശങ്കളവർക്കൊരു
നാളുമില്ലപ്രതീക്ഷയുംവിശ്വാസങ്ങളും

അതുകൊണ്ടു സ്വീകരിക്കാം ഭഗവാന്റെ കഥകളും
ലീലകളുമെല്ലായ്പോഴുമനുസ്മരിക്കാം

31. പാപത്തിന്നു ശിക്ഷകൾലഭിച്ചാൽപോലും വാസനയായ്
പാപമാലിന്യമുണ്ടെങ്കിൽ മാതൃഗർഭത്തിൽ
ഉൽബ്ബക്കുടുക്കയിൽ കൃമിഗണങ്ങളാൽ കടിക്കപ്പെ-
ട്ടെത്രയോവേദനപ്പെട്ടുതലകീഴായി
ഹരിയെസ്തുതിച്ചുകൊണ്ടുഭൂമിയിലേക്കെത്തിയാലും
പലവിധത്തിലും ക്ലേശംപിന്നെയുമുണ്ടാം

32. പുണ്യാത്മാക്കൾ മനുഷ്യരെപിതൃദേവതകളെയും
നന്ദിപൂർവ്വമുപാസിച്ചുസംതൃപ്തിയോടെ
സോമലോകങ്ങളിലെത്തിദേവന്മാരോടൊപ്പംതന്നെ
സോമപാനം ചെയ്തുവാഴും പുണ്യം തീരുമ്പോൾ
വീണ്ടുമെവിടേയ്ക്കുമെത്തും പുണ്യകർമ്മങ്ങളെക്കൊണ്ടു
പിന്നെയുമാനന്ദിച്ചേക്കാം മോക്ഷപ്രാപ്തിക്കായ്
ജ്ഞാനവൈരാഗ്യങ്ങളുടെയകമ്പടിയോടെയുള്ളിൽ
ഗോവിന്ദനിലുള്ള ഭക്തിനിലനിർത്തേണം.

33. ഭക്തിയുണ്ടാകട്ടെ നിർഗ്ഗുണനാമെന്നെയുപാസിച്ചു
ദുഃഖം സംസാരജം തീരെയില്ലാതാവട്ടെ
ഞാൻ പറഞ്ഞമാർഗ്ഗങ്ങളെപ്പിൻതുടർന്നുയോഗിനിയും
മുക്തയുമാവട്ടെയമ്മവിടതരണേ
പുത്രനെപ്പറഞ്ഞയച്ചുജീവന്മുക്തയായിവാണു
കർമ്മബന്ധംതീർന്നിട്ടമ്മഗതിപ്രാപിച്ചു

നാരായണ നാരായണ നാരായണ നാരായണ
നാരായണ നാരായണ രാധേഗോവിന്ദ

തന്മാത്രകൾ – ശബ്ദം, സ്പർശം, രൂപം, രസം, ഗന്ധം
ഭൂതങ്ങൾ – ആകാശം, വായു, തേജസ് (പ്രകാശം), വെള്ളം, ഭൂമി, പ്രകൃതി, മഹത്തത്വം, അഹങ്കാരം, ചിത്തം. ഇവ 24നോടു പുരുഷൻ ഭഗവാൻ ചേരുമ്പോൾ 25 തത്ത്വങ്ങൾ ചേർന്ന പ്രപഞ്ചം ഉണ്ടായി.

സ്കന്ധം 4

1. സ്വയംഭുവമനുവിന്റെ പുത്രിയാകുമാകൂതിയിൽ
യജ്ഞനെന്നപേരിൽ ഹരിജന്മമെടുത്തു
അനസൂയ വിധിഹരിഹരന്മാരുടെമക്കൾക്കും
മാതാവായി മൂർത്തി നരനാരായണർക്കും
ശിവനെവരിച്ചസതിയനപത്യയായിത്തന്നെ
അകാലത്തിൽ കോപാഗ്നിയിലുടൽ വെടിഞ്ഞു

ദക്ഷയാഗം

2. ജാമാതാവാംശിവൻ തന്നെവന്ദിച്ചില്ല സഭയിലെ
ന്നാവലാതിപ്പെട്ടുദക്ഷൻശാപം ചൊരിഞ്ഞു
ദേവന്മാരോടൊപ്പമിനിയജ്ഞത്തിലെഹവിർഭാഗം
നേടുവാനർഹത ശിവനുണ്ടാകയില്ല

3. യജ്ഞം അച്ഛനാരംഭിച്ചതറിഞ്ഞുവല്ലഭനോടു
ദക്ഷപുത്രിപറഞ്ഞുനാം പോകേണ്ടതല്ലേ
നമ്മെ വിളിക്കാതെയെന്നെ നിന്ദിക്കുവാനായ്നടത്തും
കർമ്മമാണതിൽപ്പോയ്ദേവിപങ്കെടുക്കുകിൽ
നിന്ദനം ഭവിക്കാമനിഷ്ടങ്ങളേറെക്കാണേണ്ടിയും
വന്നേക്കാമെന്നോതി ദേവൻ മൗനംഭജിച്ചു

4. പോകേണ്ടെന്നുപറഞ്ഞിട്ടില്ലല്ലോപതിയെന്നുവച്ചും
മാതാവിനെബന്ധുക്കളെക്കാണാൻകൊതിച്ചും
യാഗത്തിന്നുപോയി ശിവനിന്ദനേരിൽക്കണ്ടു സതി
പാപി തന്നൊരുടലിനിയെനിക്കുവേണ്ട
ഏവംപറഞ്ഞുകൊണ്ടാത്മദേഹം യോഗാഗ്നിയിൽദേവി
ധൂമമില്ലാത്തൊരുജ്യോതിസ്സായ് സമർപ്പിച്ചു.

5. ശൂലപാണിയുടെ കോപമുടലെടുത്തതുപോലെ
വീരഭദ്രൻ ഭൂതഗണങ്ങളെയുംകൂട്ടി
യാഗശാലയിലേക്കെത്തി ശിവനിന്ദകന്മാരായ
ദേവമുനിമാരെയംഗഭംഗം വരുത്തി
ദക്ഷന്റെ തലയുടലിൽനിന്നു പറിച്ചെടുത്തതു
ദക്ഷിണാഗ്നിയിൽ ഹോമിച്ചു തിരിച്ചുവന്നു.

6. തെറ്റുചെയ്തുശിവനോടു ദേഹം മുറിപ്പെട്ടവരാം
കുറ്റക്കാരാം ദേവന്മാരെയൊക്കെയുംകൂട്ടി
തെറ്റെന്നുകൈലാസത്തിലേയ്ക്കെത്തിച്ചേർന്ന ചതുർമുഖൻ
ദക്ഷിണാമൂർത്തിയെ വന്ദിച്ചേവം പറഞ്ഞു
രുദ്രഭാഗത്തോടുകൂടിയജ്ഞം പുനരാരംഭിച്ചു
ഭദ്രരായിരിക്കട്ടെയീദേവന്മാർശംഭോ

7. ഉടലിലൊരാടിൻതലവച്ചുകൊണ്ടെങ്കിലും ദക്ഷൻ
പിടഞ്ഞെഴുന്നേറ്റുടനെ ശിവനെക്കൂപ്പി
ഹരിഹരന്മാരെയെല്ലാവരുമൊത്തുവാഴ്ത്തിപ്പാടി
യൊരുവിധമീവിധത്തിൽത്തീർന്നല്ലോയജ്ഞം
വാനവർക്കുടലിലേറ്റമുറിവുകളൊക്കെപ്പോക്കി
ദേവൻ ശിവൻ പാർവ്വതിയെ പരിഗ്രഹിച്ചു.

ധ്രുവചരിതം

8. ചിറ്റമ്മയുടെ കടുത്തവാക്കുകേട്ടുമുറിപ്പെട്ട
ചിത്തത്തോടെ ധ്രുവനെന്ന സുനീതിപുത്രൻ
ദുഃഖമൊക്കെത്തീർക്കും വിഷ്ണുവിനെഭജിക്കുകെന്നമ്മ-
യുച്ചരിച്ച വാക്കുകേട്ടു തപസ്സിനായി
വിഷ്ണുസേവാമഹാമന്ത്രം തപസ്സിന്റെ ക്രമങ്ങളും
മദ്ധ്യേമാർഗ്ഗം നാരദനിൽനിന്നും ഗ്രഹിച്ചു
അർദ്ധവർഷംകൊണ്ടുതന്നെമധുവനം ധന്യമാക്കി
ഭക്തിയുടെ ദൃഷ്ടാന്തമായ്ക്കീർത്തിമാനായി.

9. തീവ്രമാം തപസ്സുമുനി ചൊല്ലിക്കൊടുത്തതുപോലെ
യാചരിച്ചു, ഭഗവാനെനേരിൽദർശിച്ചു
ഏറെക്കാലം രാജഭോഗമിതുവരെയാരുംതന്നെ
പ്രാപിച്ചിട്ടില്ലാത്ത ധ്രുവപദമെന്നിവ

വരപ്രസാദമായ് നേടി ബന്ധുക്കളാൽ മാനിതനായ്
തിരിച്ചെത്തിയമ്മമാരെപ്പിതാവിനെയും
ആനന്ദാശ്രുക്കളും പട്ടാഭിഷേകത്തിൻതീർത്ഥങ്ങളും
രാജകിരീടവുംചൂടിനമസ്കരിച്ചു.

10. യക്ഷനാലുത്തമൻ കൊല്ലപ്പെട്ടെന്നുംചിറ്റമ്മതീയിൽ
പ്പെട്ടുമരിച്ചെന്നുംകേട്ടുദുഃഖാർത്തനായി
യുദ്ധത്തിലേർപ്പെട്ടു യക്ഷന്മാരോടു മെയ് മുറിപ്പെട്ടു
രക്ഷിക്കപ്പെട്ടുഹരിയാലെന്നതറിഞ്ഞും

11. ക്രുദ്ധനാണുപൗത്രനെന്നു കണ്ടും മനുവോതി വത്സ
നിർത്തുകയീയുദ്ധംയക്ഷരെത്രയേറെപ്പേർ
ചത്തുസഹജനെക്കൊന്നതൊരാൾമാത്രമല്ലേപുത്ര-
ഭക്തനിതു ചേർന്നതല്ല രാജാക്കന്മാർക്കും
എല്ലാം ഭഗവാന്റെ ലീല നിമിത്തം മാത്രമല്ലേനാം
എന്നുകൂടിപ്പറഞ്ഞുകൊണ്ടദ്ദേഹംപോയി.

12. സദ്വാക്യങ്ങളാദരിച്ചു യുദ്ധം നിർത്തി യക്ഷേന്ദ്രനാൽ
ദത്തമായ പ്രശംസയുമാശീർവാദവും
നമ്രമാംശിരസ്സിലേറ്റുവാങ്ങിരാജ്യമേറെക്കാലം
ധർമ്മാനുസാരംഭരിച്ചുമൃത്യുദേവനെ
മൗലിയിൽപദംവച്ചാദരിച്ചുവിമാനത്തിലേറി-
യമ്മയെപ്പിൻതുടർന്നു സ്വർലോകത്തിലെത്തി
വെളിച്ചത്തിന്റെ ലോകത്തിൻ നെറുകയാംധ്രുവപദ
മലങ്കരിച്ചെന്ന കഥനാരദൻപാടി.

പൃഥുചരിതം

13. അംഗനെന്നപേരിലൊരുമഹാരാജാവക്കുലത്തിൽ
സന്തതിയുണ്ടാവാനായി യജ്ഞം നടത്തി
സന്താനമുണ്ടായീ പക്ഷേ ക്രൂരനവൻ ദുഷ്ടാശയൻ
ബന്ധനകാരണനാണുസത്പുത്രനെന്നും
നിസ്സംഗത്വമുണ്ടാവാനായ് ദുഷ്പുത്രനെന്നപ്രസാദം
സിദ്ധിച്ചതാണെന്നുമോർത്തു വനത്തിൽപ്പോയി

14. അഭിഷേകം രാജാവെന്നനിലയ്ക്ക് ചെയ്യപ്പെട്ടപ്പോൾ
വിലക്കിദാനധർമ്മങ്ങൾവേനമന്നവൻ

ദേവന്മാരെ മാത്രമല്ല വേദശാസ്ത്രങ്ങൾപറയും
മാമുനിമാരെയും ശ്രീഹരിയെയുംകൂടി
നിന്ദിച്ചും പരിഹസിച്ചും മഹർഷിമാരുടെശാപ-
ഹുങ്കാരത്താൽമാത്രം ജീവൻവെടിഞ്ഞുവീണു.

15. ശ്രീഹരി പൃഥുവെന്നപേരിലാവേനമന്നവന്റെ
ബാഹുക്കൾകടഞ്ഞപ്പോൾ വന്നവതരിച്ചു
സമ്മാനങ്ങൾ സമർപ്പിച്ചു വാഴ്ത്തിപ്പാടിയവരോടു
നിങ്ങൾക്കു ഞാനൊന്നുംതന്നെ ചെയ്തിട്ടില്ലല്ലോ
സ്തോത്രപ്രിയനുമല്ല ഞാൻ നമ്മളെല്ലാവരുംകൂടി
വാഴ്ത്തിപ്പാടേണം ഹരിയെയെന്നറിയിച്ചു

16. സൂതന്മാരും പ്രജകളും മുനിവചനങ്ങൾകേട്ടു
നൂനം ഹരികലയാണീ രാജകുമാരൻ
വേനൻവരുത്തിവെച്ചതാം ന്യൂനതകളൊക്കെത്തീർക്കും
ദേവേന്ദ്രതുല്യനാംഭൂമികറന്നെടുക്കും
ദുർജനങ്ങളെയൊതുക്കും യജ്ഞങ്ങളെ നിർവ്വഹിക്കും
വർദ്ധിപ്പിക്കും കീർത്തി യതികളെപ്പൂജിക്കും
എന്ന പ്രവചനത്തോടെ രാജാവിന്റെ ഗുണങ്ങളെ
യെണ്ണിയെണ്ണിപ്പറയുന്ന സ്തുതികൾപാടി

17. അന്നം തരൂ വിശപ്പിന്റെ തീയിൽ ഞങ്ങൾ ദഹിക്കുന്നു
എന്നുകേഴും പ്രജകൾക്കുവേണ്ടി ബ്ഭൂപാലൻ
വസുധയോടാജ്ഞാപിച്ചു പ്രജകൾക്കന്നം കൊടുക്കൂ
മടിക്കിൽ ഞാൻ നിന്നെയറുത്തവർക്കുനൽകും
കുലച്ചവില്ലുമായ് നിൽക്കും ധരാധിപനോടിവണ്ണം
വിറച്ചുകൊണ്ടുരചെയ്തു മേദിനിയപ്പോൾ

18. ക്ഷീരമയമാകുമന്നം സകലതും നൽകീടുവാൻ
ധേനുവായ് ഞാൻ നിൽക്കാം രാജൻ കറന്നെടുക്കാൻ
കഴിവുള്ളനേതാക്കളെ, ചുരത്തിക്കാൻ കഴിയുന്ന
കിടാക്കളെയിവയൊക്കെയൊരുക്കൂഭൂപാ
മനുവിനെകിടാവാക്കിസ്സ്വയംകറവക്കാരനായ്
സസ്യജാലം ഹരിതന്നെകറന്നെടുത്തു
ദേവാസുരർഷികൾ പിന്നെ തങ്ങൾ തങ്ങൾക്കിണങ്ങുന്ന
തോതിൽവേണ്ടതെല്ലാം സ്വയം കറന്നെടുത്തു

19. അശ്വമേധങ്ങളൊട്ടേറെയനുഷ്ഠിച്ചു നൂറാമത്തെ
യജ്ഞത്തിന്റെ കുതിരയെയിന്ദ്രൻഹരിച്ചു
വിജിതാശ്വനെന്നപുത്രൻ കുതിരയെ വീണ്ടെടുത്തു
കുപിതനായിന്ദ്രന്റെ നേർക്കടുത്തുപൃഥു
തടഞ്ഞുംകൊണ്ടുവിധിപറഞ്ഞു ക്ഷമിച്ചീടുകനീ
ഏകോനശതക്രതുവായ് വിളങ്ങിടേണം
അനുവദിച്ചതുക്ഷമിച്ചതുകൊണ്ടു ദേവന്മാരും
മനുഷ്യരുമന്നുമിന്നും പ്രശംസിക്കുന്നു.

20. യോഗാനുഷ്ഠാനംകൊണ്ടുറപ്പിച്ച മനസ്സിളകാത്ത
ഭൂപന്നു പ്രത്യക്ഷനായി ഹരിപറഞ്ഞു
ഭക്തോത്തമ പ്രസന്നനാണങ്ങയിൽ ഞാൻ വരമെന്തും
സിദ്ധിക്കുവാനർഹനാണു വരിച്ചാലും നീ
നൃപനോതി ഭഗവനാനെയവിടുത്തെക്കഥകളും
തിരുനാമങ്ങളും ഭക്തമുഖത്തുനിന്നും
കോരിക്കുടിക്കുവാനുള്ള കുമ്പിളുപോൽ പത്തായിരം
കാതുകളവിടന്നെനിക്കകീടേണമേ.

21. ഏകോനശതക്രതുവാം പൃഥുപിന്നെപ്രജക-
ളേടേവം പറഞ്ഞു മംഗളം നിങ്ങൾക്കെല്ലാർക്കും
നിസ്സംഗത്വംകൊണ്ടു പരിശുദ്ധരായി സ്വകർമ്മങ്ങൾ
നിത്യം നിങ്ങൾ ഹരിയിങ്കലർപ്പിക്കവേണം.

22. സഹോദരന്മാരോടൊത്തുസമാഗതനായമുനി-
സനത്കുമാരനോടേവം പൃഥുചോദിച്ചു.
മോക്ഷമാർഗ്ഗമെന്തെന്നതിനുത്തരമായ്ച്ചൊന്നുമുനി
സദ്ധർമ്മകാരിയും ധ്യാനനിരതനുമായ്
നിസ്പൃഹകർമ്മനുമായി യമനിയമാദികളാൽ
നിർദ്വന്ദ്വനായ് 'അഹം ബ്രഹ്മാസ്മി' യെന്നറിഞ്ഞു
അനുഭവിക്കുകയതുതന്നെ മോക്ഷം മനുഷ്യന്നു
അവനിയിൽക്ഷേമമെന്നതതു തന്നെയാം

23. പ്രായാധിക്യമായിതനിക്കെന്നറിഞ്ഞുപുത്രന്മാരിൽ
മേദിനിയെസ്സമർപ്പിച്ചും സഭാര്യനായീ

കാനനത്തിലെത്തി ബ്ഭഗവാനിലെല്ലാം സമർപ്പിച്ചു
യോഗിയായി മെയ് വെടിഞ്ഞുസദ്യോമുക്തനായ്
അർച്ചിസ്സുമനുഗമിച്ചുഭർത്താവിനെയതുകണ്ടി
ട്ടപ്സരസ്സുകളവളെ വന്ദിച്ചുപോയി

പുരഞ്ജനോപാഖ്യാനം

24. പ്രാചീനബർഹിസ്സെന്നതിഖ്യാതനായ രാജർഷിതൻ
നന്ദനന്മാരാം പ്രചേതസ്സുകൾ പത്താളും
പൂക്കളുടെ ഗന്ധമാർന്ന പാപനാശകമായുള്ള
തീർത്ഥത്തിൽ മഗ്നരായ്മഹാദേവനിൽനിന്നു
സമ്പാദിച്ച രുദ്രഗീതമന്ത്രവും ജപിച്ചുകൊണ്ട്
ചിന്മയനാം വിഷ്ണുവിനെത്തപസ്സുചെയ്തു.

25. പ്രാചീനബർഹിസ്സനേകം യജ്ഞങ്ങളാൽചിത്തശുദ്ധി
നേടിയപ്പോൾ നാരദർഷിയേവംപറഞ്ഞു
യജ്ഞം നിർത്താം ജന്തുഹിസംയിനിവേണ്ട ചിത്തസുഖ-
മാത്യന്തികമായതിനാൽ ലഭിക്കയില്ല
ഒൻപതു കവാടമുള്ള മന്ദിരത്തിലൊരുനൃപൻ
മന്ദബുദ്ധി ഭാര്യയുടെ കിങ്കരനായി.

26. വിസ്മരിച്ചു സ്വജനങ്ങളെയും പ്രേയസിയെത്തന്നെ
തൃപ്തയാക്കുന്നൊരുകാലം നായാട്ടിനായി
പോയിത്തിരിച്ചെത്തിയപ്പോൾ സുസ്നാതയായ് മെയ്നിറയെ
പുഷ്പാദികളംഗരാഗമെന്നിവചാർത്തി
കാമതപ്തയായിക്രോധാലയത്തിൽവെറുംനിലത്തു
കാമുകിയെക്കണ്ടനുനയിച്ചു ഭോഗങ്ങൾ

27. ആവുംമട്ടുസമ്മാനിച്ചു പത്നീസമേതനായ്സദാ
മേവുംകാലംപുത്രന്മാരുമൊട്ടേറെയുണ്ടായ്
ക്ഷീണായുസ്സായ്തീർന്ന കാലത്താക്രമിച്ചുസേനാബല
മേറെയുള്ളകാലരൂപൻഗന്ധർവ്വരാജൻ

28. പത്നിയെത്താനോർത്തുകൊണ്ടുയുദ്ധത്തിൽമരിക്കമൂലം
വിദർഭയിൽചെന്നു സ്ത്രീയായ് ജനിച്ചുരാജൻ
പതിമരിച്ചപ്പോളേറെ ദുഃഖിതയാമവളോടു
ദ്വിജനേകനുണർത്തിച്ചു നമ്മൾരണ്ടാളും

മാനസസരസ്സിൽഹംസ യുഗങ്ങളായ്പ്രിയരായി
വാണിരുന്നതോർമ്മയുണ്ടോനമുക്കൊന്നിക്കാം
ഏവം പറഞ്ഞവർ രണ്ടും ചിറകുംവിരിച്ചുനേരേ
വാനത്തിലേക്കുയർന്നുപോയ് രാധേഗോവിന്ദ.

29. രാജാവെന്നുകഥയിൽ നാംപറഞ്ഞതു ജീവനാണു
ദേഹമാകുന്നുകൊട്ടാരം പത്നിബുദ്ധിയും
ഈശനെപ്പോലും മറന്നുകഴിയുമ്പോൾകാലമാകും
ജീവിതത്തിന്നന്ത്യംനൽകും ഗന്ധർവ്വനെത്തും
ഭാഗ്യംകൊണ്ടു സത്സംഗത്തിൽനിന്നുണ്ടായ ഭക്തികൊണ്ടു
ഹംസങ്ങളൊന്നിച്ചതുപോൽ മോക്ഷം പ്രാപിക്കും.

30. ഇപ്രകാരം നാരദന്റെ കഥകേട്ടു നൃപോത്തമൻ
ഭക്തിയോടെ തപസ്സിന്നായ് വനം പ്രാപിച്ചു.
മക്കളായ പ്രചേതസ്സുകളും ഭക്ത്യാ ഭഗവാനെ
പക്ഷിവാഹനത്തിലേറി വരുന്നകണ്ടു
വന്ദിച്ചതുനേരം ഹരി ചൊല്ലിയനുഗ്രഹിച്ചപോൽ
വൃക്ഷപുത്രി മാരിഷയെ പരിഗ്രഹിച്ചു
പുത്രനവർക്കുണ്ടായ്പ്രാചേതസദക്ഷനവൻ പിന്നെ
വിഖ്യാതനീമന്വന്തരത്തിന്റെ ദക്ഷനായ്

31. വേദവിഷത്തിന്റെ മക്കൾപ്രചേതസ്സുകൾ പത്നിയെ
പുത്രങ്കൽ സമർപ്പിച്ചിട്ടു സത്രം ദീക്ഷിച്ചു
നാരദനിൽനിന്നും ഭഗവത്ക്കഥകൾ കേട്ടവരും
ഗോവിന്ദന്റെ ചരണത്തിൽ മുക്തിപ്രാപിച്ചു.
മൈത്രേയനിൽനിന്നിത്രയും കേട്ടിരുന്ന വിദുരരും
ഹസ്തിനപുരത്തിലേയ്ക്ക് തിരിച്ചുചെന്നു

നാരായണ, നാരായണ, നാരായണ നാരായണ
നാരായണ നാരായണ രാധേഗോവിന്ദ

സ്കന്ധം 5

1. ശ്രീശുകൻ പറഞ്ഞു വീണ്ടും മനുവിന്റെ മകനാദ്യൻ
ഹരിയെ ഭജിച്ചു നാരദശിഷ്യനായി
അച്ഛൻ പറഞ്ഞതുകൊണ്ടു രാത്രിയെപ്പകലാക്കുന്ന
സ്വച്ഛഭരണവും പതിമൂന്നുമക്കളും
വിശ്വത്തിനുപ്രസാദമായ് നല്കി പ്രിയവ്രതനെന്നു
വിശ്വപ്രിയനായിവീണ്ടുംതപം തുടർന്നു

2. പ്രിയവ്രതപ്രിയസുതൻ അഗ്നീധ്രൻ തപസ്സിന്നൊപ്പം
അപ്സരപതിയുമായി മക്കളൊൻപതും
ഇപ്രകാരം ഭൗമസ്വർഗ്ഗസുഖങ്ങളെ നേടിയിട്ടും
തൃപ്തനായില്ലെന്നാൽ നാഭിയക്കടം തീർത്തു.

3. പുത്രനില്ലാത്തൊരു ദുഃഖം തീർക്കണമങ്ങയെപ്പോലെ
പുത്രനുണ്ടാകണമെനിക്കെന്നപ്രാർത്ഥന
എനിക്കുതുല്യനായ് ഞാനേയെന്നുകണ്ട ഹരിയെത്തൻ
തനയനായ് നേടി നാഭി സഫലമാക്കി.

4. 'ഋഷഭൻ' ആ നാഭിപുത്രൻ സ്വർഗ്ഗമാക്കിയജനാഭം
സ്പർദ്ധയാലെ യനാവൃഷ്ടിയിന്ദ്രനുണ്ടാക്കി
തപശ്ശക്തിയാൽ വിവേകഗുണമുള്ള വർഷകാലം
ജനിപ്പിച്ചു ജയന്തിയിൽ നൂറുമക്കളും
നൃപതിമാരൊൻപതുപേരത്രതന്നെയതികളും
എൺപത്തിരണ്ടുപേർമഹാശ്രോത്രിയന്മാരും

5. മോക്ഷത്തിന്നുമർത്ത്യജന്മം ബന്ധനത്തിനല്ലെന്നുള്ള
സത്യം സജ്ജനസംഗത്താലെന്നസത്യവും

മത്സരബുദ്ധിപാടില്ല സർവ്വം ബ്രഹ്മമയമെന്ന
നിത്യസത്യംകൂടി നല്കി യതി പിൻവാങ്ങി

6. നിസ്സംഗനായ് നിശ്ശബ്ദനായ് നിഷ്കാമനായ് നിജാത്മാവിൽ
നിത്യസത്യം സന്ദർശിച്ച നിത്യഗുരുവായ്
ജനപദഗ്രാമാടവീതീർത്ഥങ്ങളിൽ സഞ്ചരിച്ചു
കുടകാചലത്തിൽ കാട്ടുതീയിൽ മറഞ്ഞു.

7. ഭാരതമെന്നീ നാടിന്റെ പേരുതന്നെ തന്റെ നിത്യ
സ്മാരകമായ്തീർത്തുനാഭീപൗത്രൻ ഭരതൻ
അഞ്ചുപുത്രന്മാരാൽ പ്രജാപാലനമാം യജ്ഞം ചെയ്തു
കർമ്മഫലം സമർപ്പിച്ചു സന്ന്യാസിയായി.

8. സന്ന്യാസിയെ നടുക്കിയ സിംഹനാദത്തിൻപിന്നാലെ
വന്നു നീരിൽ വീണുപെറ്റുചത്തുമാൻപേട
അമ്മയില്ലാത്ത മാൻകുഞ്ഞിന്നമ്മയായിത്തീർന്നു പിന്നെ-
യമ്മാനായിത്താൻപിറന്നു ദേഹംവെടിഞ്ഞു

9. പിന്നെ വിപ്രദേഹം ജഡബുദ്ധി പൂർവ്വസ്മൃതിയെന്നീ
സിദ്ധിയോടെ വയൽകാത്തു ബലിമൃഗമായ്
ഭദ്രകാളി തന്നെവന്നു ബലിക്കുറ്റിയിൽനിന്നന്നു
രക്ഷിച്ചിട്ടുമൃഗബലിയില്ലായ്മചെയ്തു.

10. പല്ലക്കു ചുമപ്പിച്ച സൗവീരരാജാവിനെക്കൊണ്ടു
വന്ദിപ്പിച്ചുബ്രഹ്മജ്ഞാനം പകർന്നുനൽകി
ആരങ്ങെവിടെനിന്നെത്തി യോഗിയെന്നു പ്രണമിച്ച
രാജാവിന്നു ശാശ്വതമാം പാണ്ഡിത്യമേകി

11. കാണും കേൾക്കും പക്ഷേ നേരറിയുന്നില്ലീവണ്ണമുള്ള
ചേതനതൻതോന്നലാണു ദുഃഖം സുഖവും
തീരുമവരണ്ടും മനസ്സിലേക്കാത്മ വിചാരമാം
ശ്രീഹരിപാദാബ്ജസേവാവെളിച്ചംവന്നാൽ

12. തീരുന്നില്ല ഭ്രമിക്കുന്നു മനസ്സെങ്കിൽ ധരിക്കേണം
വേറൊന്നില്ല ബ്രഹ്മംതന്നെ ഹരിപാദങ്ങൾ

ചേരും ഞാനാമഹത്വത്തിലെന്നബോധം ഭരതനെ
പ്പോലെയേതവസ്ഥയിലും കാത്തിടും നമ്മെ

13. മോഹവലകളിൽപ്പെട്ടു സംസാരാടവിയിൽക്കൂടി
നാംനടപ്പൂ കുറുക്കന്മാർചെന്നായകളും
പാമ്പുകളുമുള്ളവഴി താണ്ടുവാൻ നമുക്കു കൈയിൽ
വാളുവേണം ഭക്തിയെന്ന മൂർച്ചയുള്ള വാൾ

14. വീടാകുന്ന കാട്ടിലെച്ചെന്നായയാണു ഭാര്യചുറ്റം
കാണുംപാമ്പുകൾ ദുർജനം, ആറുകള്ളന്മാർ
ഇന്ദ്രിയങ്ങൾ, കുറുക്കന്മാർ മക്കൾ ഏവമാപത്തുകൾ
തിങ്ങിടുമ്പോൾ ഭരതനെപ്പോൽമുന്നേറുവിൻ.

15. രാജാവായവധൂതനായ്തീർന്നുപിന്നെ ഭരതന്റെ
ആരോമലായ്സുമതിയുമവന്റെ മക്കൾ
ഗയനും പ്രതീഹനുമാപ്പുണ്യശാലികൾ തൻയജ്ഞം
ഹരിയെഴുന്നള്ളിത്തന്നെയനുഗ്രഹിച്ചു
ഭരണമെന്നതുപ്രജാശുശ്രൂഷയാണെന്നപാഠം
ഭരതന്റെവംശമിന്നുമോർമ്മിപ്പിക്കുന്നു

16. പിന്നെയും പറഞ്ഞു ശുകൻ ഹരിയുടെ സ്ഥൂലരൂപം
മന്നവാ കാണുക പദ്മം വിടർന്നപോലെ
മണ്ണും കടലും കലർന്ന മാലപോലെ ഗോളംപോലെ
കർണ്ണികയായ് മേരുവൊരുകേസരംപോലെ
ഒൻപതുദ്വീപുകളായിട്ടത്രതന്നെകടലുമായ്
അത്രതന്നെമലകളുംകൂടിച്ചേർന്നതായ്

17. മേരുവിന്റെ ശിരസ്സിലപ്പാദതീർത്ഥംവീണു ഭക്ത
കോടികളെ പുണ്യശേഷമനുഭവിക്കാൻ
ഓരോദ്വീപുകളിലേയ്ക്കുമയച്ചു, മാതൃകയായി
ബ്ഭാരതഭൂമിയെതീർത്തു കർമ്മദേശമായ്

18. സങ്കർഷണനിളാവൃതം ഭദ്രാശ്വത്തിൽ ഹയഗ്രീവൻ
സംരക്ഷിപ്പൂഹരിവർഷം നൃസിംഹമായി

ആദി വരാഹമുത്തരകുരുവർഷം രക്ഷിക്കുന്നു
കേതുമാലം കാമദേവൻ കാത്തുസൂക്ഷിപ്പൂ
കൂർമ്മമൂർത്തിയാണു ഹിരണ്മയത്തിന്റെ സംരക്ഷണം
രമ്യകത്തെ മഹാമത്സ്യം രക്ഷിച്ചിടുന്നു.

19. രാമനായിക്കിംപുരുഷവർഷത്തിൽ ഹനൂമത്സ്തുതി
രോമഹർഷപൂർവ്വം കേട്ടു, ഭാരതഭൂവിൽ
ദേവർഷികളായി നരനാരായണന്മാരായ്ത്തീർന്നു
പാരിടത്തിലെങ്ങും ഹരി രക്ഷചെയ്യുന്നു.
ആറുകളുണ്ടനവധി ഗംഗ പോലെയതുപോലെ
ശ്രീമാൻ ഹിമാലയംപോലെ പർവ്വതങ്ങളും
കൃഷ്ണചരിതാലാപത്താൽ ജന്മം കഴിക്കുവാൻവേണ്ടി
നിർജ്ജരന്മാർ ഭാരതത്തിൽ വന്നുപിറന്നു.

20. പ്ലക്ഷദ്വീപിലധ്മജിഹ്വൻ രവിയെ സ്തുതിച്ചിടുന്നു
യജ്ഞബാഹുശാല്മലത്തിൽ സോമരാജനെ
ഹിരണ്യരേതസ്സുകുശദ്വീപിലഗ്നിഭഗവാനെ
ഘൃതപൃഷ്ഠൻ ക്രൗഞ്ചദ്വീപിൽവരുണനെയും
മേധാതിഥിശാകദ്വീപിൽ വായുവിനെപ്പൂജിക്കുന്നു
വീതിഹോത്രൻപുഷ്കരത്തിൽ ബ്രഹ്മത്തിനെയും

21. മണ്ണും വിണ്ണുമൊരുപോലെയാണു വിസ്തൃതിയിലവ-
രണ്ടിന്റെയുമിടയിലുള്ളതന്തരീക്ഷം
സൂര്യൻക്രമാലുദിക്കയുമസ്തമിക്കുകയും ചെയ്യും
വാലഖില്യന്മാരവനു സേവ ചെയ്യുന്നു
തേരിൽ യാത്ര ചെയ്തിടുന്ന ദേവനെയപ്സരസ്സുകൾ
നാനാതരത്തിൽ വന്ദിപ്പൂ വാഴ്ത്തിപ്പാടുന്നു.

22. ആദിത്യദേവനെന്നതു മഹാവിഷ്ണുലോകത്തിന്നു
മാസങ്ങളെ നൽകാനുള്ള കാലസ്വരൂപം
സർവ്വമയനായ ചന്ദ്രൻ സർവ്വസുഖപ്രദൻ മേലേ
സപ്തർഷികൾ ധ്രുവപദം വലംവയ്ക്കുന്നു.

23. ഇപ്രകാരം ജ്യോത്ഷചക്രങ്ങളെയൊക്കെച്ചലിപ്പിക്കും
ശക്തികേന്ദ്രം വിഷ്ണുപദമൊക്കെയ്ക്കും മീതേ
അന്തികളിൽ ശിശുമാരരൂപമാമിച്ചൈതന്യത്തെ
യൊന്നുകണ്ടാലന്നന്നുള്ള പാപങ്ങൾതീരും.

24. സൂര്യന്നു താഴെയായ് രാഹുപിന്നെസ്സിദ്ധ വിദ്യാധര-
ന്മാരുമതിൻതാഴെബ്ഭൂമിയേറ്റവും താഴെ
ഏഴുലോകങ്ങളുമൊന്നിൻമീതേ മറ്റൊന്നെന്ന മട്ടിൽ
ആധിവ്യാധികളില്ലാത്ത ദീപ്തി സ്ഥാനങ്ങൾ
ഹരിചക്രത്താലെന്നിയേമരണം പോലുമില്ലാത്ത
സുതലത്തിൽ വാമനന്റെ രക്ഷയിൽ ബലി

25. പാതാളമൂലത്തിൽ ശേഷൻ വധൂപരിവൃതനായി
ഭൂമണ്ഡലത്തെത്തലയിലണിഞ്ഞിരിപ്പൂ
കല്പാന്തകാലത്തുകോപംകൊണ്ടു വളഞ്ഞ ചില്ലിയിൽ
രുദ്രനാവിർഭവിക്കുന്നു സംഹാരരുദ്രൻ
നാരദനവിടത്തെയുമവിടന്നു ഹരിയെയും
ലോകക്ഷേമത്തിനായ് സദാ പ്രശംസിക്കുന്നു.

26. ഭൂമിയുടെ ചുവട്ടിലായ് വെള്ളങ്ങൾക്കു മുകളിലായ്
പാപികൾക്കുള്ളിടങ്ങളുണ്ടവിടെയെന്നും
വിഭയരായ് യമഭടൻ വിസ്തരിച്ചുശിക്ഷിക്കുന്ന
നരകങ്ങളിവയാണു കരുതിക്കൊൾക
ഇപ്രകാരം ഹരിയുടെ സ്ഥൂലരൂപം സ്മരിക്കനാം
ഭക്തിയോടെ പാടാം രാധേ രാധേ ഗോവിന്ദ.

സ്കന്ധം 6

അജാമിളകഥ

1. നാരായണാ എന്ന വിഷ്ണു നാമമുച്ചരിക്കുന്നവൻ
നരകത്തിൽ വീഴില്ലജാമിളനെന്ന പോൽ
കാലഭടന്മാരെക്കണ്ടുപേടിച്ചുണ്ണിയെവിടെയെ-
ന്നാകുലപ്പെട്ടാണപ്പാപി വിളിച്ചതെന്നാൽ
നാലു കൈകളോടെ വൈഷ്ണവായുധങ്ങളോടെ വന്ന
നാരായണഭടർ കാത്തുരക്ഷിച്ചിതപ്പോൾ

2. പാപംചെയ്തിട്ടുണ്ടായിരിക്കാമിയാളെങ്കിലും വിഷ്ണു
നാമമുച്ചരിച്ചതിനാൽപ്പാപങ്ങൾ തീർന്നു
നരകത്തിൽ പോകേണ്ടനീ എന്നു വിഷ്ണുഭടന്മാരാൽ
പറയപ്പെട്ടയാൾ ഗംഗാതീരത്തിലെത്തി

3, നടന്നകാര്യങ്ങളെല്ലാം യമസദനത്തിൽവന്നു
പരാതിയായ് ബോധിപ്പിച്ച ദൂതരോടേവം
പറഞ്ഞിതന്തകൻ നമ്മെയൊക്കെപ്പരിപാലിക്കുന്ന
ഹരിയുടെനാമമൊരാൾ പറഞ്ഞുവെങ്കിൽ
കേട്ടുവെങ്കിൽ സ്മരിച്ചെങ്കിൽ ഹരിപ്രസാദകരമായ്
ജീവിച്ചെങ്കിലവന്നില്ല നരകപ്രാപ്തി

4. പ്രാചേതസദക്ഷനഘമർഷണ തീർത്ഥത്തിൽച്ചെന്നു
ദീർഘകാലം തപം ചെയ്താനപത്യകാമൻ
പ്രസന്നനായ് ഹംസ ഗുഹ്യമന്ത്രഫലമെന്നവണ്ണം
അസിക്നിയെ നൽകി വരങ്ങളും ഭഗവാൻ

5. നാരായണസരസ്സിലെ തപസ്സിൽനിന്നുമക്കളെ
നാരദൻ പിന്തിരിപ്പിച്ചു ഹര്യശ്വന്മാരെ
അതേമട്ടിൽ ശബളാശ്വന്മാരും നിഷ്കാമരായ്ത്തീർന്നു.
ദക്ഷശാപം നാരദനുലഭിച്ചിതേവം
വിശ്രാന്തിനിനക്കുണ്ടാവില്ലൊരേടത്തുമെന്നശാപം
നിശ്ചയിച്ചു ഹരികൃപയെന്നുനാരദൻ

വൃത്രാസുരകഥ

6. ദക്ഷനുപിന്നറുപതു മക്കളുണ്ടായ്പെൺകുട്ടികൾ
ചന്ദ്രാംഗിരസ്സാദികൾക്കു പത്നിമാരായി
അവരുടെ പരമ്പരദൈത്യരാദിത്യരുമായി
അവർ നിത്യവൈരികളായ്ത്തമ്മിൽപ്പൊരുതി

7. ശ്രീമദത്താൽ മതിമറന്നിന്ദ്രൻ തന്നെക്കണ്ടതായി
ഭാവിക്കാതെയിരുന്നതുകൊണ്ടുകോപിച്ചു
ദേവഗുരുദേവലോകം വെടിഞ്ഞുപോയതുകൊണ്ടു
ദേവാസുരയുദ്ധം തോറ്റു നിരാശരായി
ദേവന്മാരൊക്കെയും ചെന്നു വിശ്വരൂപനെ വണങ്ങി
ഗുരുവാക ഞങ്ങൾക്കെന്നു കേണപേക്ഷിച്ചു.

8. നാരായണമന്ത്രം നല്കി വിശ്വരൂപൻ ദേവന്മാരോ-
ടേതു നേരത്തെവിടെവച്ചായാലും നിങ്ങൾ
വിഷ്ണോ പ്രസാദിച്ചീടുക രക്ഷിക്കുക ഞങ്ങളേയെ-
ന്നിത്ഥം പ്രാർത്ഥിക്കുകയെന്നു കവചമേകി.

9. അസുരർക്കുയജ്ഞഭാഗം കൊടുത്തതു കണ്ടിട്ടിന്ദ്രൻ
വധിച്ചു തൻഗുരുവായ വിശ്വരൂപനെ
ത്വഷ്ടാവപ്പോൾ തന്റെ പുത്രഹന്താവിനെ വധിക്കുവാൻ
ശക്തനായ പുത്രന്നായി പ്രാർത്ഥിച്ചുകൊണ്ട്
ആഭിചാരഹോമം ചെയ്താനഗ്നി നാളങ്ങളിൽനിന്നു
വീരനായ വൃത്രാസുരൻ ആവിർഭവിച്ചു.

10. ശ്രീഹരി തന്നെശ്ശരണം പ്രാപിച്ച ദേവരോടോതി
ദധീചിതൻ നട്ടെല്ലുകൊണ്ടായുധംതീർക്കു

യുദ്ധക്കളത്തിലേക്കെത്തി വജ്രായുധമേന്തിക്കൊണ്ടു
വൃത്രനോടു നേരിടാതെ പിന്തിരിഞ്ഞപ്പോൾ
യുദ്ധത്തിൽ മരണം വൃത്രനോതി, ഹരിസ്മൃതിയോടെ
മൃത്യുമർത്യന്നിതിൽപ്പരം മറ്റൊന്നുംവേണ്ട

11. ശൂലമേന്തിപ്പാഞ്ഞണഞ്ഞു ശക്രന്റെ ഗദയും വീഴ്ത്തി
യാഞ്ഞടിച്ചു വൃത്രനാനത്തല തകർത്തു.
എന്നിട്ടും പറഞ്ഞുവൃത്രൻ വജ്രംകൊണ്ട്കൊല്ലുകെന്നെ
യിന്നുതന്നെ ഹരിപാദമണയട്ടെ ഞാൻ.

12. ഇപ്രകാരം സ്വന്തം ദേഹമുപേക്ഷിക്കാനൊരുങ്ങിയ
വൃത്രഹസ്തങ്ങളെയിന്ദ്രൻ വെട്ടിവീഴ്ത്തവേ
നമ്മളൊന്നും ചെയ്യുന്നില്ല നടക്കുന്നുദൈവഹിതം
എന്നുചൊല്ലി വജ്രമേറ്റു മൃത്യുവരിച്ചു.

13. സന്തോഷിച്ചു ദേവസഞ്ചയമെങ്കിലുമിന്ദ്രൻബ്രഹ്മ
ഹന്താവബ്ജനാളത്തിൽ ചെന്നൊളിച്ചിരുന്നു.
അക്കാലത്തേക്കിന്ദ്രപ്പട്ടം നേടിയ നഹുഷൻ പാപാ
ലിന്ദ്രാണിയെ കൊതിച്ചൊരു സർപ്പമായ്ത്തീർന്നു.

14. വൃത്രൻ പണ്ടുശൂരസേനാജ്യത്തിലെച്ചിത്രകേതു
പുത്രനഷ്ടം സപത്നിമാരുണ്ടാക്കിച്ചപ്പോൾ
പുത്രദാതാക്കളാമംഗിരസ്സും നാരദനും വന്നു
ചിത്തശാന്തിക്കുപദേശമേവം നൽകിനാർ.

15. മായാമയമാകും ഭാര്യാ, പുത്ര,ധനങ്ങളിലുള്ള
മോഹമെന്നദുഃഖഹേതു കൈവെടിയുമ്പോൾ
ഭൂപ ഹരിഭക്തിയുടെ മാതൃകയായ്ത്തീരുംഭവാൻ
ഭൂഭാരമേന്തുന്ന ദേവൻദർശനം തരും.

16. നാരദനാൽ പ്രേരിതനായ് പുനർജ്ജനിച്ചൊരുമകൻ
താതനല്ല താങ്കളെന്നു ചൊല്ലിക്കേട്ടപ്പോൾ
വിരക്തനായ് തപസ്വിയായ് സങ്കർഷണപ്രസാദേന
വരിച്ചുജ്ഞാനവും ചാരണാധിപത്യവും.

17. വിദ്യാധരസ്ത്രീകളുടെ ഹരിസ്തുതികളുംകേട്ടു
വർഷലക്ഷങ്ങൾ വിമാനസഞ്ചാരിയായി
അദ്രിസുതയെപ്പുണർന്നുകൊണ്ടുതന്നെ കൈലാസത്തിൽ
രുദ്രൻഗുരുവായിരിയ്ക്കും സത്സംഗം കണ്ടു
പുച്ഛിച്ചതു സഹിക്കാതെ യദ്രിനന്ദിനി ശപിച്ചു.
വൃത്രാസുരനായതാണാമഹാവിജ്ഞാനി

18. തന്റെ പുത്രന്മാരെയിന്ദ്രൻ കൊല്ലുന്നതുകണ്ടുദിതി
ഇന്ദ്രഹന്താവായ പുത്രനുണ്ടാകുവാനായ്
ഭജിച്ചിരിക്കവേഗർഭം നാല്പ്പത്തൊമ്പതായ്മുറിച്ചു
മരുത്തുക്കളേയുംനേടിയിന്ദ്രൻ സ്തുതിച്ചു.
വ്രതഭംഗത്തിനുപോലും നൽകീടുന്നു പ്രസാദങ്ങൾ
ഹരികൃപയോർത്തു ദിതികോപമടക്കി.

19. പതിവ്രത ഭർത്താവിന്റെ യനുജ്ഞയും നേടിക്കൊണ്ടു
മകരത്തിൽ ശുക്ലപക്ഷം തുടങ്ങുന്നാളിൽ
ആരംഭിച്ചീടേണം പുംസവനവ്രതം ലക്ഷ്മിയേയും
ഹരിയേയുമൊരുവർഷം പൂജിച്ചീടേണം
ദണ്ഡനമസ്ക്കാരംചെയ്തുഹവിസ്സും ഹോമിച്ചീടേണം
നാരായണ നാരായണ രാധേ ഗോവിന്ദ.

സപ്തമസ്കന്ധം 7

1. കാരുണ്യം കൂടുതലുണ്ടോദേവന്മാരോടു ഹരിക്കി-
ക്കാര്യം പരിക്ഷിത്തു ശുകനോടു ചോദിച്ചു.
പക്ഷപാതം ഹരിക്കില്ല നിർദ്ദയത്വവുമാരോടും
ഗുണവൃദ്ധിക്ഷയങ്ങൾക്കു ഫലം നല്കുമ്പോൾ
ജയവും തോൽവിയുമുണ്ടാമാർക്കായാലുമതിന്നു ഞാൻ
ഒരുകഥകൊണ്ടുതന്നെ വിശദമാക്കാം.
പാണ്ഡവന്മാരനുഷ്ഠിച്ച രാജസൂയത്തിലും യുദ്ധ-
കാണ്ഡമൊന്നുരചിച്ചതാമദ്ഭുത കഥ.

2. കൊല്ലപ്പെട്ട സഹജനെഹന്താവിന്റെ രക്തംകൊണ്ടു
സന്തർപ്പണം ചെയ്തു തന്നെ തൃപ്തനാക്കും ഞാൻ.
ഇപ്രതിജ്ഞ ഹിരണ്യാക്ഷനിഗ്രഹത്താൽത്തളർന്നവർ
ക്കൊക്കെ മുമ്പിൽ സഹോദരൻ വീണ്ടും മുഴക്കി.

3. ഘോരതപം മന്ദരത്തിൽച്ചെന്നുചെയ്തു വിറപൂണ്ടു
ലോകം ബ്രഹ്മാവിനോടപ്പോൾപറഞ്ഞുദൈത്യൻ
അകത്തോ പുറത്തോ നിലത്താകാശത്തിലോ വച്ചുഞാൻ
മരിക്കാതിരിക്കാനുള്ള വരം തരേണം
ജീവനുള്ളതിനേക്കൊണ്ടുമില്ലാത്തതുകൊണ്ടുംവേണ്ട
ദേവന്മാരസുരന്മാരും എന്നെ കൊല്ലേണ്ട
എല്ലാ ലോകത്തിനുമധിപതിയാക്കീടേണമെന്നെ
എങ്ങുമെന്നുമെന്റെയാജ്ഞനിറവേറണം

4. എല്ലാ ലോകങ്ങളും തന്റെ കീഴിലാക്കിയിന്ദ്രപദം
തന്റേതാക്കിദേവന്മാരെക്കിങ്കരരാക്കി

വിഷ്ണുപൂജകുറ്റമാക്കി നാമജപവും വിലക്കി
വിഷ്ണുവിനെയെങ്ങും കാണാഞ്ഞടർവിളിച്ചു
സജ്ജനങ്ങളാശ്രയിക്കാൻകണ്ടതപ്പോൾ തന്റെ തന്നെ
പുത്രനെയാണെന്ന് കണ്ടു കലിമൂഴുത്തു

5. അറിയേണ്ടതൊക്കെത്തന്നെ മകനെയറിയിക്കുവാൻ
ഗുരുവിനെ നിയോഗിച്ചു പിന്നീടൊരിക്കൽ
നവവിധ ഭക്തിയാണ് പഠിക്കേണ്ടതെന്നവന്റെ
മൊഴികേട്ടുബന്ധനത്തിലവനെനിർത്തി

6. ജീവജാലങ്ങളിലെല്ലാം ദയവേണം മനുഷ്യന്റെ
ജീവിതം ലഭിക്കുന്നതു സൗഭാഗ്യമോർത്താൽ
ശൈശവത്തിൽതുടങ്ങേണമെന്തിനേയും സ്നേഹിക്കുന്ന
വൈഷ്ണവ പാഠങ്ങളെന്നുതന്റെ നന്ദനൻ

7. ചങ്ങാതിമാരോടൊക്കെയും പറയുന്നു മാത്രമല്ല
മംഗലങ്ങളെല്ലാം തന്നെ നശ്വരമെന്നും
കാരുണ്യത്തിൻ തിടമ്പായ നാരായണനെ ബ്ഭജിക്ക
വേണമെന്നുമുപദേശംകൊടിത്തീടുന്നു.
മാതൃകയാക്കേണമെന്നെ നാരായണ ജപിക്കുവിൻ
ഏവം മകനെതിർക്കുന്നു എന്നുകണ്ടപ്പോൾ
എങ്കിലവനെവിടെയിത്തൂണിലുണ്ടോ ഉണ്ടെങ്കിൽ ഞാൻ
കണ്ടുകൊൾക നിഗ്രഹിക്കുമവനെയെന്നായ്.

നരസിംഹാവതാരം

8. കൈയിലേന്തിക്കരവാളം മുഷ്ടിചുരുട്ടിത്തൂണിന്മേൽ
ഒന്നടിച്ചു കാത്തിരുന്ന പോലതിൽനിന്നും
മന്നിടത്തെ നടുക്കീടുമട്ടഹാസത്തോടെ വന്നു
മുന്നിലേയ്ക്ക് നരസിംഹം ഭീഷണം ഉഗ്രം
തുറിച്ചനോട്ടങ്ങൾ കൊണ്ടു വിറപ്പിച്ചും നഖങ്ങളാൽ
പ്പിളർന്നുരക്തപ്പുഴയും കുടൽമാലയും
പുറത്തുചാടിച്ചും ചോരകുടിച്ചും മെയ്യിലണിഞ്ഞും
സ്തുതിച്ചുപോയ് ത്രിലോകവും ഹരേ നൃസിംഹ.

9. കുടൽമാലയണിഞ്ഞൊരുകൊടുങ്കാറ്റിനെയൊതുക്കാൻ
കഴിഞ്ഞില്ല ദേവന്മാർക്കോ മഹാലക്ഷ്മിക്കോ
പ്രഹ്ലാദനേ കഴിഞ്ഞുള്ളൂ പേടിക്കാതെ മുന്നിലെത്തി-
ക്കടത്തണേ സംസാരാബ്ധിയെന്നപേക്ഷിക്കാൻ
അനുഗ്രഹമർഹിക്കുന്നപാവങ്ങളാണവിടുത്തെ
അറിയാതെ നിന്ദിച്ചതും വന്ദിക്കാത്തതും
കരുണ ചെയ്യണേയെന്നെ ഭക്തനാക്കിത്തരണമേ
കൃപാസിന്ധോ ഹരേദേവ നമോ നമസ്തേ.

10. സമാശ്വാസിപ്പിച്ചൂഹരി പ്രഹ്ലാദ നിൻപിതാവിനെ
പരിശുദ്ധനാക്കുന്നു ഞാൻ പരമ്പരയാ
ഇനിയുമിരുപത്തൊന്നു തലമുറനിന്റെ വംശം
സുഖസന്തോഷങ്ങൾ നേടിയെന്നിലേക്കെത്തും
പുണ്യസഞ്ചയം കുറയും സുഖാനുഭവങ്ങൾകൊണ്ടു
കർമ്മവൈഭവത്താൽവീണ്ടുമെന്നെ നേടുക
അന്തർഹിതനായിഹരിയിപ്രകാരമെന്നുമെന്നും
തന്റെഭക്തനൊന്നാമനായ്ത്തീരും പ്രകാരം

11. സ്വന്തധർമ്മങ്ങളീശ്വരചിന്തയോടെ ചെയ്തിടുകിൽ
സന്തതം ഹരിപ്രസാദം ലഭിച്ചിടുന്നു.
ശമദമാഹിംസാദികൾ തിതിക്ഷയും ശീലിക്കേണം
ഭേദം വരാം ധർമ്മങ്ങൾക്കുവർണ്ണഭേദേന
വർണ്ണഭേദം കർമ്മ സ്വഭാവങ്ങളാലെസ്വയമുണ്ടാം
പ്രായഭേദത്താലാശ്രമഭേദവുമുണ്ടാം.

12. ബ്രഹ്മചാരിക്കു ഗുരുവിൻ ദാസനേപ്പോൽ പഠിക്കയെ
ന്നൊന്നിൽമനംമിതഭുക്കായ് സ്ത്രീചിന്തയാകാ
വാനപ്രസ്ഥനാചരിക്ക സ്വനിയമങ്ങളെമാത്രം
പ്രാപിച്ചീടാമാർഷരീത്യാ ഭഗവത്പദം.

13. എല്ലാത്തിലും പ്രശാന്തനായ് പരബ്രഹ്മത്തെക്കാണണം
സന്യാസിയാരംഭിക്കേണ്ടകാര്യങ്ങളൊന്നും
പ്രഹ്ലാദനോടോതിഭിക്ഷു തേനീച്ചയിൽ ഞാൻ വിരക്തി-
യഭ്യസിച്ചുപെരുമ്പാമ്പിൽ നിന്നും സംതൃപ്തി.

14. ഗൃഹസ്ഥന്മാർ ഗൃഹകർമ്മമൊക്കെച്ചെയ്യുന്നതോടൊപ്പം
ഗ്രഹിക്കണം ഭഗവാന്റെ കഥകൾകൂടി
സ്വജനങ്ങളോടുവേണം സ്നേഹമെന്നുമകതാരിൽ
ഒരുതരം വിരക്തിയും ശീലിച്ചീടേണം
മോക്ഷാർത്ഥികൾഗുരുവിനെ യഥാവിധിപൂജിക്കേണം
ബ്രഹ്മമാണിക്കാൺമതൊക്കെയെന്നുറയ്ക്കേണം.
നാരായണ നാരായണ നാരായണ നാരായണ
നാരായണ നാരായണ രാധാ ഗോവിന്ദ.

സ്കന്ധം 8

1. പരിക്ഷിത്തു ചോദിച്ചപ്പോൾ ശുകൻ പിന്നെയും പറഞ്ഞു
ഹരിയുടെ മന്വന്തരമഹാ കഥകൾ
ആദ്യമന്വന്തരത്തിൽ ശ്രീഹരിയജ്ഞനെന്നപേരിൽ
വിഭു എന്നപേരിൽ രണ്ടാംമന്വന്തരത്തിൽ
സത്യസേനനെന്നപേരിൽമൂന്നാംമന്വന്തരത്തിലും
നാലിലാനത്തലവനെ രക്ഷിക്കാൻ വന്നു.

ഗജേന്ദ്രമോക്ഷം

2. പാലാഴിയുടെ നടുവിൽ ത്രികൂടപർവ്വതത്തിലെ-
ക്കാനനത്തിൽ ഗജരാജൻ പ്രതാപവാനായ്
ഗൃഹസ്ഥനായ്ക്കഴിയവേ മുതല കാലിൽപ്പിടിച്ചു
സമസ്തശക്തിയും ചോർന്നു പ്രാർത്ഥിച്ചിതേവം

3. ആരിൽനിന്നാണിപ്രപഞ്ചത്തിന്നുത്ഭവം നിലനില്പു-
മാരിലാണോ വിലയവുമാഭഗവാനേ
അവിടന്നാണെനിക്കെന്നും ശരണമെന്നോർത്തുകൈയിൽ
ഉയർത്തിയ താമരപ്പൂ ഗ്രഹിക്കാനായി
തുമ്പിക്കൈയ്യിൽതൃക്കയ്യുണച്ചവനെക്കരകയറ്റി
മുതലത്തലപിളർന്നു സ്വതന്ത്രനാക്കി

4. ഇന്ദ്രദ്യുമ്നൻ എന്ന മന്നൻ ധ്യാനലോലനായിരിക്കേ-
യഗസ്ത്യനെ വന്ദിക്കാതെയാനയായ്ത്തീർന്നു
ഹരികരസ്പർശത്താലേനിജരൂപം വീണ്ടുംകിട്ടി-
യതുപോലെ മുതലയും ഹു ഹൂ വായ്ത്തീർന്നു.

5. വൈകുണ്ഠനാം ശുഭ്രപുത്രനായി വിഷ്ണുവതേ പേരിൽ
വൈകുണ്ഠം രചിച്ചതഞ്ചാം മന്വന്തരത്തിൽ
ആറിൽ വൈരാജപുത്രനായജിതനായ് മഹാവിഷ്ണു
ദേവരക്ഷയ്ക്കക്കാലത്തൊരാമയുമായി.

കൂർമ്മാവതാരം

6. ദുർവാസാവിൻ ശാപമേറ്റു തേജസ്സറ്റപ്പോൾ സുരരേ
സന്ധിചെയ്ക ദാനവരെത്തുണയ്ക്കു കൂട്ടു-
കടകോലായ് മന്ദരത്തെക്കയറായി വാസുകിയെ
കടയേണം പാലാഴിയെ നിങ്ങളെന്നോതി
മന്ദരം വഹിച്ചുപോകും ദൈത്യാമരർ നിപതിക്കെ
മന്ദതതീർത്തെല്ലാരേയുമുണർത്തി വിഷ്ണു.

7. പാലാഴിയിലേക്ക് താണുപോയി മന്ദരമന്ഥാനം
ദേവന്മാർ നിരാശരായി നിഷ്ക്രിയരായി
ആമയായിമുതുകത്തതേറ്റിക്കൊടുത്തിട്ടു വിഷ്ണു
ആയിരം കൈകളെക്കൊണ്ടു കടൽ കടഞ്ഞു
പാൽക്കടലിൽത്തെളിഞ്ഞതുരൂക്ഷമാം വിഷമാണാദ്യം
ത്ര്യക്ഷനതുപാനംചെയ്തു സ്തുതിക്കപ്പെട്ടു
ശംഭോ മഹാദേവശംഭോ ശംഭോമഹാദേവശംഭോ
ശംഭോ മഹാദേവശംഭോ ശംഭോശങ്കര.

8. ഐരാവതം കല്പവൃക്ഷം കൗസ്തുഭം വാരുണിയെന്ന
മദ്യമിവപാൽക്കടലിലുയർന്നുവന്നു
പരിഗ്രഹിച്ചിതോരോന്നുമവരവർമോഹിച്ചപോൽ
പരിഗ്രഹിച്ചതു ലക്ഷ്മിദേവി ഹരിയെ
എന്നാലീ നേരത്തുവന്ന ധന്വന്തരിയുടെ കൈയ്യിൽ
നിന്നമൃതകുംഭം ദൈത്യർ കവർന്നെടുത്തു

9. കൊള്ളക്കാരെപ്പോലമൃതം തമ്മിൽത്തമ്മിൽത്തട്ടിക്കുന്ന
ദൈത്യരിൽ നിന്നതു തട്ടിയെടുക്കാൻ ഹരി

ആരോമലായ് വാക്കുകൊണ്ടും നോക്കുകൊണ്ടും മയക്കിയ
ച്ചോതോഹാരിയതു വാങ്ങി ദേവർക്കു നല്കി.

10. പേലവാംഗിമറഞ്ഞപ്പോൾ ദേവാസുരർതമ്മിലൊരു
ഘോരയുദ്ധമാരംഭിച്ചു പകച്ചു ലോകം
തിരിച്ചെത്തിഹരിയപ്പോൾ കാലനേമിയെസ്സുമാലി
മാല്യവാദികളെക്കൊന്നുലോകരക്ഷക്കായ്

11. വജ്രായുധമേറ്റുബലി ജംബൻ ഈ മട്ടസുരന്മാർ
ചത്തൊടുങ്ങി നാരദൻ വന്നാജ്ഞാപിക്കയാൽ
യുദ്ധംനിർത്തി ജീവിപ്പിച്ചു മരിച്ചോരെയെന്നാൽ ബ്ബലി-
ലജ്ജിച്ചില്ല തോറ്റെന്നോർത്തു ജ്ഞാനിയാണല്ലോ

12. കാണാൻകൊതിച്ചുമോഹിനിരൂപംശിവൻ വൈകുണ്ഠത്തി-
ലാഗമിച്ചു ഹരിയതു കണ്ടാരാമത്തിൽ
കളിപ്പന്തു കളിക്കുന്ന മങ്കയായിട്ടങ്ങോട്ടെത്തി
മതിമറന്നാമങ്കയെപ്പുണർന്നൂഗാഢം
ജ്ഞാനോദയത്താൽപിന്മാറി കൈലാസത്തിൽ ചെന്നീക്കഥ
ഭൂതഗണങ്ങൾക്കുമുമ്പിൽപ്പറഞ്ഞുശംഭു.

13. വാമനനായേഴാമത്തെ മന്വന്തരത്തിൽബ്ബലിയെ
യാചകനായ് വിജയിച്ചു വിഷ്ണു ഭഗവാൻ
അപ്രകാരം അംശാവതാരങ്ങളെടുത്തെത്രവട്ടം
രക്ഷിച്ചിട്ടുണ്ടവിടുന്നീലോകത്രയത്തെ.

14. ലോകത്രയംസംരക്ഷിക്കാൻ ധർമ്മ മാർഗ്ഗം നിലനിർത്താൻ
ശ്രീഹരിതൻ പ്രേരണയാൽ മഹർഷിമാരും
മനുക്കളും മനുപുത്രന്മാരും കൃഷി നിലനിർത്താൻ
മഴപെയ്യിക്കുവാൻ ദേവന്ദ്രനെന്നിങ്ങനെ
ആരെയെല്ലാമവിടുന്നു നാടകത്തിന്നയയ്ക്കുന്നു
ലീലാലോലനെന്നും ജഗന്മംഗളലീല.

15. കൊല്ലപ്പെട്ടുവീണ്ടും ജീവിപ്പിക്കപ്പെട്ട ബലിയുടെ
സ്വപ്നമായി സ്വർഗ്ഗമൊന്നുകീഴടക്കണം

ഭക്തിയോടുകൂടിച്ചെയ്ത വിശ്വജിത്തെന്നൊരു യാഗം
ചക്രവർത്തിയാകാൻ വേണ്ടതൊക്കെയും നൽകി
ശുക്രനേയും മുത്തച്ഛനാം പ്രഹ്ലാദനെയും വണങ്ങി
സ്വർഗ്ഗത്തിലേക്കെത്തി ദേവർപേടിച്ചരണ്ടു

16. മക്കൾക്കേവം മഹത്വങ്ങൾ നഷ്ടപ്പെട്ടതുകണ്ടേറെ
ദുഃഖിക്കുന്ന പത്നിയോടു കശ്യപൻ ചൊല്ലി
വാസുദേവനെയാശ്രയിക്കുക പയോവ്രതംകൊണ്ടും
ദാനധ്യാന ഹോമമന്ത്രജപങ്ങൾകൊണ്ടും
ശ്രീഹരി മക്കൾക്കു നഷ്ടപ്പെട്ടതൊക്കെ വീണ്ടും നല്കും
ദേവിക്കതിൽപ്പരമെന്തുഭദ്രത വേണ്ടു.

വാമനാവതാരം

17. ദ്വാദശാഹം വ്രതമേവം കഴിഞ്ഞപ്പോൾ പ്രത്യക്ഷനാനായ്
ദേവിയോടുഹരിചൊന്നാൻ സംപ്രീതനഹം
ഭവതിക്കു പുത്രനായി പിറന്നു ഞാൻ കാമിതങ്ങൾ
സകലതും സാധിപ്പിക്കാം കാത്തിരിക്കേണം
പറഞ്ഞേവം വിടവാങ്ങിയണിയറയിലേയ്ക്കൊരു
നടൻകടന്നതുപോലെ ഗർഭത്തിലെത്തി

18. ബ്രഹ്മാവിന്റെ സ്തുതികേട്ടു തിരുവവതാരം ചെയ്തു
പൊടുന്നനെ വടുവായി രൂപവും മാറി
ഓലക്കുടയുമെടുത്തു യോഗദണ്ഡും കൈയിലേന്തി
യാഗശാലയിലേയ്ക്കെത്തി വാമനമൂർത്തി
ഭക്ത്യാദരപൂർവ്വം ചൊല്ലി ബ്രഹ്മചാരിയോടു ബലി
കല്പിക്കയേവേണ്ടൂനല്കാമിച്ഛിച്ചതെല്ലാം

19. അർത്ഥികളോടൊരിക്കലുമില്ലെന്നു ചൊല്ലാറില്ലാത്ത
വിശ്രുതമീ വംശമെന്നു കേട്ടിരിപ്പൂ ഞാൻ
ഞാനളന്നെടുത്തുകൊള്ളാംമൂന്നടിയെൻപാദംകൊണ്ടു
വേണ്ടതെനിക്കതുമാത്രം ഓതിവാമനൻ

ലോകനാഥൻഞാൻവേണ്ടുന്നതെല്ലാം നൽകാമെന്നുബലി
വ്യാജരൂപൻ വിഷ്ണുവിതു വിലക്കി ശുക്രൻ

20. വാഗ്ദത്തം ഞാൻ നൽമിതുവിഷ്ണുവെങ്കിൽ സുകൃതിഞാൻ
ഭാഗ്യവാനുമെന്നോതിക്കൊണ്ടസുരരാജൻ
പാദംകഴുകിച്ചു ദാനമാചരിച്ചു വടുവപ്പോൾ
വാനംമുട്ടെ വളർന്നെല്ലാമളന്നെടുത്തു

21. പങ്കജയോനിതൃപ്പാദം കഴുകിച്ചു യോഗികളും
പങ്കജാക്ഷനെസ്തുതിച്ചുവേദമന്ത്രങ്ങൾ
പാതാളത്തിലേക്ക് തന്നെയസുരന്മാർ പിൻവാങ്ങിയ
നേരം ബന്ധിച്ചു ഗരുഡൻ ചക്രവർത്തിയെ
മൂന്നാമത്തെയടിയളക്കാനില്ലെന്നു ഹരിയോതി
പോകനരകത്തിലെന്നു വൈനതേയനും

22. ഇപ്രകാരം നിന്ദിക്കപ്പെട്ടിട്ടും ബലിയചഞ്ചല-
ചിത്തനായ് പറഞ്ഞു എന്റെ ശിരസ്സുണ്ടല്ലോ
മൂന്നാമത്തെപ്പാദത്തിനതളന്നെടുക്കണം ബലി
യോതിയതുഭഗവാനുമനുവദിച്ചു
കീർത്തികൊണ്ടുള്ളഭിഷേകം കിരീടവുമായിത്തീർന്നു
മൂർദ്ധാവിങ്കൽ പതിപ്പിച്ച വൈഷ്ണവപാദം
ബന്ധുജനങ്ങളോടൊത്തു സുതലത്തിൽരക്ഷകനായ്
എന്നും ഞാനുണ്ടാവും പൊയ്ക്കോൾകനുഗ്രഹിച്ചു

23. ബന്ധനമുക്തനായ്തീർന്ന ബലിയോടുചൊന്നാൻഹരി
തന്ദ്രാരോഗപരാഭവാദികളെന്നിയേ
സുതലത്തിൽ ദുർഗ്ഗപാലകനായ് ഞാനുണ്ടാവുമൊപ്പം
എട്ടാംമന്വന്തരത്തിലങ്ങിന്ദ്രനുമാകും
ആദിത്യർക്കും ദൈത്യന്മാർക്കുമൊപ്പംപ്രിയങ്കരനായി
ദേവന്മാർക്കുസ്വർഗ്ഗലോകം നൽകി വാമനൻ

മത്സ്യാവതാരം

24. ഏഴാംമന്വന്തരത്തിലെമനുവായിസ്സത്യവ്രത-
രാജാവിനെ നിയോഗിച്ചുജ്ഞാനവും നൽകി

ഹയഗ്രീവനെ വധിച്ചു വേദങ്ങളെ ബ്രഹ്മാവിന്റെ
മുഖത്തുതിരിച്ചെത്തിച്ചുമഹാമത്സ്യമായ്
ജീവജാലങ്ങളെയും മഹർഷിമാരെയും കപ്പലിൽ
ആവാഹിച്ചുവെച്ചതുപോൽ കാത്തുസൂക്ഷിച്ചു
ഇപ്രകാരം അറിവിന്റെ വെളിച്ചത്തെമുപ്പാരിലും
എത്തിച്ചെന്നും നിലനിർത്തി ജീവചൈതന്യം
നാരായണ നാരായണ നാരായണ നാരായണ
നാരായണ നാരായണ രാധേ ഗോവിന്ദ

സ്കന്ധം 9

1. സത്യവ്രതൻ വൈവസ്വതമനുവായിളയെപുത്ര
നാക്കി നൽകി വസിഷ്ഠനെങ്കിലും പിന്നെയും
തന്വിയായിബുധന്നവൾപത്നിയായി ശിവപ്രീതി
കൊണ്ടു വീണ്ടുംപുംസ്ത്വം നേടിത്തപസ്വിയായി

2. നഷ്ടമായി സുദ്യുമ്നനെന്നതുകൊണ്ടുദുഃഖിതനായ്
പ്പത്തുപുത്രന്മാരെ നേടി തപസ്സാൽ മനു
ഗോഹത്യയാൽ നിഷ്കാസിതനായ് പൃഷധ്രൻ കവിസ്വയം
യോഗിയായി മറ്റുള്ളവർ ഗൃഹസ്ഥരായി
ഇക്ഷ്വാകുമുതലായവരെട്ടുപേരുംപുത്രപൗത്ര
വംശപരമ്പരനേടിക്കൃതാർത്ഥരായി

3. ശര്യാതിപുത്രിയാം കന്യസുകന്യച്യവനമുനി-
യ്ക്കന്ധതയ്ക്കു ഹേതുവായി തത്പത്നിയായി
അശ്വിനീദേവന്മാർ ച്യവനന്നുകാഴ്ചശക്തിനൽകി മുനി
അശ്വിനിഭിഷഗ്വരർക്കുയജ്ഞഭാഗവും

4. അംബരീഷൻ നാഭാഗന്നുതനയൻ ദ്വാദശീവ്രത-
ധന്യതയ്ക്കുപാരണയാൽ പൂർത്തിവരുത്താൻ
സൗഭാഗ്യത്താലെത്തിച്ചേർന്ന ദുർവാസാവിനെക്ഷണിച്ചു
ദുർവ്വാരകോപിഷ്ഠൻ ഘോരകൃത്യയെവിട്ടു
വിഷ്ണുചക്രം പിന്നാലെ ചെന്നതുകൊണ്ടുമുപ്പാരിലും
ക്ഷിപ്രകോപൻ യശസ്സേകിയഭയം തേടി

5. അംബിരീഷനെ ശരണം പ്രാപിക്കയാരാജാവല്ലാ-
തന്യർക്കാർക്കും കഴിയുകില്ലഭയം നൽകാൻ

ഇപ്രകാരം ഹരിയുടെ വാക്കുകേട്ടുദുർവാസാവു-
മപ്രകാരം ചെയ്തു രാജാവിന്റെ കാരുണ്യം
വിഷ്ണുചക്രത്തിൻമഹത്വമിവരണ്ടുമുത്ഘോഷിച്ചു
ഭക്തിമഹിമയ്ക്കു പ്രത്യക്ഷോദാഹരണം

6. വിഖ്യാതരാംപത്തുമനുപുത്രന്മാരിലിക്ഷ്വാകുവാ-
ണത്യുത്തമൻ വികുക്ഷി തത്പുത്രനുത്തമൻ
ഇന്ദ്രവാഹനവന്മകൻ, യൗവനാംശനാവംശത്തിൽ
മാന്ധാതാവിനവനച്ഛനുമമ്മയുമായി
മാന്ധതാവിൻ പുത്രിമാരൻപതുപേരും സൗഭരിയെ
കാന്തനായി നേടീ പിന്നെ തപസ്വികളായ്

7. വിശ്വാമിത്രപ്രസാദത്താലുടലോടെ സ്വർഗ്ഗത്തിലേ-
ക്കെത്തിച്ചേർന്ന ത്രിശങ്കുവിൻവിഖ്യാതപുത്രൻ
പുത്രബലിവരുണന്നു നേർന്നതുപോൽ നൽകായ്കയാൽ
ഉത്ഭവിച്ചമഹോദര രോഗശാന്തിക്കായ്
ക്രീതപുത്രനായ് കൈക്കൊണ്ടശുനശ്ശേപകുമാരനെ
മോചിപ്പിച്ചു കൗശികന്റെ വരുണമന്ത്രം

8. സുപ്രസിദ്ധനീ വംശത്തിൽ സഗരന്റെ യജ്ഞാശ്വത്തെ
കട്ടുകൊണ്ടുപോയിട്ടിന്ദ്രൻ കപിലാന്തികേ
കെട്ടിയിട്ടാനതുകണ്ടു രാജപുത്രർ മഹർഷിയിൽ
തെറ്റുചെയ്തു ഭസ്മമാകാൻ കാരണമായി
അംശുമാനക്കുതിരയെ വീണ്ടെടുത്തുകൊണ്ടുനേടി
യജ്ഞപൂർത്തി രാജപ്രീതിയും കിരീടവും

9. സ്വർഗ്ഗംഗയെത്തപം ചെയ്തുകൊണ്ടുവന്നു ഭഗീരഥൻ
ഭസ്മമാക്കപ്പെട്ടവരെസ്സംപൂതരാക്കി
സ്വർഗ്ഗത്തിലെത്തിച്ചു പിന്നെയാവംശത്തിൽ മിത്രസിംഹൻ
രാക്ഷസനായ് മുക്തിനേടി ഖട്വാംഗനായി

ശ്രീരാമാവതാരം

10. ഈ വംശത്തിലാണുഹരി രാമനെന്നപേരിൽപിന്നെ
ഭരതനും ലക്ഷ്മണനും ശത്രുഘ്നനുമായ്

പിറന്നതും പിതാവിന്റെയിംഗിതത്തെമാനിച്ചവർ
വനവാസവ്യാജാദുഷ്ടനിഗ്രഹംചെയ്തും
ദശഗ്രീവനെ വധിച്ചുലങ്കയെസ്സംരക്ഷിച്ചതും
രാമരാജ്യമെന്ന ശൈലി സമ്മാനിച്ചതും

11. രാമൻരാജാവായിരിക്കെജനങ്ങൾ സന്തുഷ്ടരായീ
ധർമ്മച്യുതിയെങ്ങുമില്ലാതായ്ത്തീർന്നെങ്കിലും
ദുർജനഭാഷിതം കേട്ടുപരിത്യക്തയായി സീത
പുത്രന്മാരായ് ലവകുശർ ഭൂജാതരായി
വാല്മീകിതപോവനത്തിൽ വളർന്നു രാമപുത്രന്മാർ
ഭൂഗർഭത്തിലേയ്ക്ക് സീത തിരിച്ചുപോയി

12. സൂര്യവംശത്തിലുണ്ടായീ രാജാക്കന്മാരനേകംപേർ
സുമിത്രനിൽവരെനീണ്ടു മഹാരഥന്മാർ
ജൈമിനിക്കു ശിഷ്യനായി യാജ്ഞവൽക്ക്യഗുരുവായ
ഹിരണ്യനാഭനു നൽകാം മഹാപ്രണാമം

13. അന്യോന്യം ശപിച്ചുനേടിശരീരത്തിൽനിന്നുമുക്തി
ഇക്ഷ്വാകുപുത്രനാം നിമിയും വസിഷ്ഠനും
ലോചനങ്ങളിൽ നിമിഷം വസ്തുക്കളിൽ സുഗന്ധവും
ഏവം രണ്ടുപേരുമിപ്പോളീശ്വര തുല്യർ
മിഥിലയിൽ സീതാദേവി പിറന്ന വിദേഹവംശം
നിമിയുടെയുടൽ കടഞ്ഞപ്പോഴുണ്ടായി.

14. താരാസുതൻ ചന്ദ്രപുത്രൻ ബുധനവനിൽ നിന്നുണ്ടായ്
ഇളാത്മജൻ പുരുരവസ്സവനിൽനിന്നും
ഉർവ്വശിയിൽ ജനിച്ചവർ ചന്ദ്രവംശനൃപതിമാർ
വിചിത്രമാംദാമ്പത്യത്തിൽ പിറന്ന മക്കൾ
പത്നി കൈവെടിഞ്ഞു പതി,യുന്മത്തനായ് പിൻതുടർന്നു
പുത്രന്മാരെ നേടിയിട്ടു ഗന്ധർവ്വനായി

പരശുരാമാവതാരം

15. രേണുകയിൽ ജമദഗ്നിപുത്രനായ് പിറന്നുരാമൻ
ധേനുക്കളെക്കവർന്ന കൈയൊക്കെയറുത്തു

പ്രാണിഹിംസപാടില്ലെന്നും ക്ഷമിക്കെന്നുംപറഞ്ഞൊരു-
മാമുനിയെത്തന്നെകൊന്നുകാർത്തവീര്യന്മാർ

16. ക്ഷത്രിയകുലത്തെക്കൊന്നുരക്തക്കുളങ്ങൾ നിർമ്മിച്ചു
തർപ്പണങ്ങൾനടത്തിയ പരശുരാമൻ
ഇപ്പോഴും മഹേന്ദ്രപർവ്വതത്തിൽ തപസ്സാചരിപ്പൂ
സപ്തർഷികളിലൊരാളായ് വരും ഭാവിയിൽ

17. പുരൂരവസ്സിന്റെ പൗത്രൻരജിക്കേകിസ്വർഗ്ഗലോകം
അമരേന്ദ്രൻ സുരക്ഷിതന്യാസമെന്നോണം
രജിസുതന്മാരാന്യാസം തിരികെക്കൊടുക്കായ്കയാൽ
ബൃഹസ്പതീയാഗാഗ്നിയിലെരിഞ്ഞടങ്ങി

18. ദേവയാനിയെക്കിണറ്റിൽനിന്നുകരകയറ്റിയ
യയാതിയപ്പെൺകൊടിയെ വിവാഹം ചെയ്തു
ശർമ്മിഷ്ഠയുമായവന്നു ബന്ധമുണ്ടെന്നതറിഞ്ഞ
ശ്വശുരന്റെ ശാപത്തിനാൽ വൃദ്ധനായ്ത്തീർന്നു
പുത്രൻപൂരുവിനോടിരന്നവന്റെ യൗവനംവാങ്ങി
വർദ്ധിപ്പിച്ചുകാമമൊപ്പം ഹരിസേവയും

19.1. മുട്ടനാടിനെപ്പോലെതാൻ രതിഭോഗാസക്തനായി
കഷ്ടം കഷ്ടം എത്രകാലം കോരിക്കുടിച്ചു
ശമിക്കില്ലഭോഗം കൊണ്ടുകാമം വർദ്ധിക്കയേയുള്ളൂ
ഗമിക്കേണംവനത്തിലേക്കാവോളംവേഗം
ഇവ്വണ്ണം വിരക്തനായി യയാതിവനത്തിലേക്ക്
സർവ്വമുക്തനായ് നടന്നു ഹരേമുകുന്ദ

20. അരചന്മാരുണ്ടായ് പൂരുവംശത്തിലനേകംധന്യർ
ഭരതൻ ദുഷ്യന്തപുത്രനതിപ്രശസ്തൻ
മക്കളൊക്കെക്കൊല്ലപ്പെട്ട ദുഃഖത്തിലും പതറാതെ
മിഥ്യയൊക്കെയെന്നുറച്ചുനിസ്സംഗനായി.

21. അത്യന്തകൃപാലുവായ രാജാവായിരുന്നു രന്തി
അല്പാഹാരമേറെ ക്ലേശിച്ചെത്തിച്ചേർന്നപ്പോൾ

ക്ഷുത്പിപാസാ ക്ലിഷ്ടർക്കന്യർക്കതുനൽകി സംതൃപ്തനായ്
ദുഃഖമെല്ലാമെനിയ്ക്കാട്ടെയിത്രിലോകത്തിൽ
സുഖംകിട്ടുമെല്ലാവർക്കുമെങ്കിലതുമതിയെന്നു
ത്രിമൂർത്തികളോടിരന്നു പ്രണാമപൂർവ്വം

22. ശ്രീശന്തനുപൂരുവംശത്തിൽ പിറന്നുമഹാനായി-
ട്ടാവംശക്കാർപാണ്ഡവരിലർജ്ജുനൻമഹാൻ
അർജ്ജുനന്റെപുത്രനഭിമന്യുവിന്റെ പുത്രനങ്ങു
നിസ്തുലൻ പരീക്ഷിത്തങ്ങുപൂരുവംശജൻ

23. പൂരുവിന്റെ ജ്യേഷ്ഠന്മാരായ് ദ്രുഹ്യുവുമനുവുമുണ്ട്
ദേവയാനിയിലെ ജ്യേഷ്ഠർയദുതുർവ്വസു
പാപനാശകമായുള്ള ഭാഗവാന്റെ വംശത്തിനു
പ്രാരംഭംകുറിച്ചയദുധന്യനായ്ത്തീർന്നു
കൃഷ്ണൻ പിറന്നവംശത്തെയോർമ്മിക്കുകകൊണ്ടുതന്നെ
മർത്ത്യന്നു പാപങ്ങളൊക്കെയകലത്താക്കാം

24. വസുദേവപുത്രനായി മധുരാപുരിയിൽ വന്നു
ശ്രീഹരിയാഗോകുലത്തെപാവനമാക്കി
അർജ്ജുനനുമുദ്ധവനും ഗുരുവായി ഭൂമിയുടെ
ദുർഭരഭാരത്തെപ്പോക്കിദേഹം വെടിഞ്ഞു
സ്വധാമത്തെപ്രാപിച്ചോരിക്കഥ ഹരികഥയെന്നും
പറകയും കേൾക്കുകയും ചെയ്തിടുംമർത്ത്യൻ
സച്ചിൽസുഖം പ്രാപിക്കുന്നു ഭക്തഹൃദയത്തിലെന്നും
സച്ചിന്മയ വാഴേണമേ രാധേ ഗോവിന്ദ
നാരായണ നാരായണ നാരായണ നാരായണ
നാരായണ നാരായണ നാരായണ രാധേഗോവിന്ദ

സ്കന്ധം 10

1. ശ്രീശുക്രൻ പറഞ്ഞു ജന്മകർമ്മങ്ങളൊന്നുമില്ലാത്ത
ശ്രീകൃഷ്ണന്റെ ലീലകളിക്കാൺമതൊക്കെയും
തനിക്കു വൈരിയായ്ത്തീരാനുള്ളവന്നമ്മയാകേണ്ട
തന്റെ പെങ്ങളെക്കൊല്ലുവാൻ വാളോങ്ങിടുമ്പോൾ
പിൻവാങ്ങിയെങ്കിലും വസുദേവരുടെ പുത്രന്മാരെ-
യാറുപേരെ നാരദന്റെ ചൊല്ലാൽ വധിച്ചു
അവരുടെയമ്മയായ സോദരിയെക്കാന്തന്നൊപ്പം
തുറങ്കിലുമാക്കിക്കംസൻ രാജ്യം ഭരിച്ചു.

ബലരാമാവതാരം

2. ഏഴാമത്തെഗർഭം മായാദേവിയുടെ സഹായേന
രോഹിണീഗർഭത്തിലേക്ക് മാറ്റി ഭഗവാൻ
ദേവകിതൻ ജഠരത്തിലാഗമിച്ച ഭഗവാനെ
ദേവകൾ വന്ദിച്ചു കംസൻ ഭയാർദ്ദിതനായ്

കൃഷ്ണാവതാരം

3. മംഗളശോഭനമായ മുഹൂർത്തത്തിൽ കൽത്തുറുങ്കിൽ
ശംഖചക്രഗദാപദ്മബാഹുക്കളോടെ
പിന്നെശ്ശിശുവായിത്തീർന്ന നന്ദനനെത്തൻ കൈകളിൽ
പല്ലക്കിലെന്നോണമെഴുന്നള്ളിച്ചുശൗരി
നന്ദഗോപമന്ദിരത്തിലെച്ചവിടെ നിന്നൊരു
സുന്ദരിപ്പൈതലിനെയും കൊണ്ടിങ്ങുപോന്നു.

4. തയ്യലാൾതന്നെപ്പാറയിലടിക്കുവാനോങ്ങിയോരു
കൈയിൽനിന്നുഴറിയാകാശത്തിലേക്കെത്തി

വൈരി ജനിച്ചിട്ടുണ്ടു നിനക്കുഭൂമിയിലെന്നോതി
യന്തർദ്ധാനം ചെയ്തു കംസൻ സഹോദരിയെ
കാന്തനോടൊപ്പം ജയിൽ തുറന്നു വിട്ടു പക്ഷേ വീണ്ടും
നാരദന്റെ വാക്കുകേട്ടു തടവിലാക്കി
പേടിച്ചുപത്തുനാൾക്കുള്ളിൽ പ്രസവിച്ച ശിശുക്കളെ
ത്തേടിപ്പിടിച്ചുകൊല്ലാനായാളെയിറക്കി

5. പുത്രലാഭംകൊണ്ടുനന്ദൻ സന്തുഷ്ടനായ് ശുഭകർമ്മ
മത്രയേറെയാഘോഷിച്ചു, സമ്മാനങ്ങളും
ആശംസകളും വർഷിച്ചുകൊണ്ടുവന്നഗോപന്മാരെ
ആശംസിച്ചവർക്കും സമ്മാനങ്ങൾ കൊടുത്തു.
ആനകദുന്ദുഭിയെയും സന്ദർശിച്ചുമധുരയിൽ
രാജഭോഗം നൽകുവാനായ്പ്പോയോരുനേരം

6. സുന്ദരി പൂതനവിഷം നിറഞ്ഞമുലപ്പാൽ നൽകി
മന്ദസ്മിതമുഖം കണ്ടുസായൂജ്യം നേടി
അകിലിന്റെ മണമേലും ചിതാധൂമം ഗോപന്മാരെ
യധികം വിസ്മയിപ്പിച്ചു ബാലരക്ഷാർത്ഥം
അനവധികർമ്മങ്ങളവരവർക്കു തോന്നിയപോൽ
ഹരിഭക്തന്മാരർപ്പിച്ചു സന്തോഷം നേടി.

7. കുഞ്ഞിക്കാലുകളെകൊണ്ടുമൂന്നാംമാസം തന്നെക്കൊല്ലാൻ
വണ്ടിപോലെവന്നവനെത്തകർത്തുകണ്ണൻ
ചുഴലിക്കാറ്റായിവന്ന തൃണാവർത്തൻ ശത്രുവിനെ
കഴുത്തുഞെരിച്ചുകൊന്നു പാറമേലിട്ടു
അമ്മയ്ക്കു തൻവായിൽ വിശ്വംമുഴുവൻകാട്ടികൊടുത്തു
സമ്മാനമായ് ഗോകുലമിതൊക്കെഘോഷിച്ചു

8. നാമധേയമവർക്കേകി രാമൻ കൃഷ്ണനെന്നും മുനി
കാലിക്കിടാങ്ങളോടൊപ്പമോടിക്കളിച്ചും
പശുക്കൾ പക്ഷികൾ മൂർച്ചയുള്ള കത്തികളൊക്കെയും
കളിപ്പാട്ടമാക്കിക്കൊണ്ടും ഗൃഹങ്ങൾതോറും
കയറിയിറങ്ങിഗ്ഗോപവനിതകൾ കൊടുത്തതു
മെടുത്തതുമുപഹാരമായി കൈക്കൊണ്ടു

9. തൈരു കടയുമ്പോൾത്തന്നെയമ്മ മുലപ്പാലും നൽകി
യുണ്ണിയെസ്സന്തോഷിപ്പിച്ചു, താഴത്തിരുത്തി
ഒന്നെഴുന്നേറ്റുപോകേണ്ടിവന്നതുസഹിയാതവൻ
കല്ലെടുത്തു തയിർക്കലമെറിഞ്ഞുടച്ചു
പെട്ടെന്നു തന്നെ തിരികെ വന്നിട്ടതുകണ്ടിട്ടമ്മ
കെട്ടിയിട്ടു കുമാരനെത്തടിയുരലിൽ

10. അവിടെ മരങ്ങളായി നിന്നിരുന്ന വിധിസുത-
മുനിയുടെ വചനങ്ങളാലേ രണ്ടുപേർ
നളകൂബരന്മാരവരുരലിന്റെയാഘാതത്താൽ
നരരായ് പതിച്ചു സ്തുതിയുതിർത്തുകൃഷ്ണാ-
തരേണമേപദതാരിൽ ഭക്തിയെപ്പോഴുമെപ്പോഴും
അവിടം വിട്ടവർപോയി പാടിക്കൊണ്ടേവം

11. വൃക്ഷങ്ങൾ മറിഞ്ഞുവീണശബ്ദം കേട്ടോടിയെത്തിയോർ
വിസ്മയിച്ചു, കൃഷ്ണൻ വൃദ്ധയോടു പഴങ്ങൾ
വാങ്ങിയവളെ രത്നങ്ങൾ നൽകിസ്സമ്പന്നയാക്കിയ
വാർത്തവ്രജത്തിന്നു കോരിത്തരിപ്പായ്ത്തീർന്നു.
രാമനോടും തോഴരോടുമൊത്തുവൃന്ദാവനത്തിൽപ്പോയ്
കാലിക്കിടാങ്ങളെ മേച്ചുമസുരന്മാരെ
വത്സനെയും ബകനെയും യമപുരിയിലയച്ചും
നന്ദജനെല്ലാരുടെയും നായകനായി

12. ഗോപബാലന്മാരുമൊത്തു പെരുമ്പാമ്പിൻവായിക്കൃഷ്ണൻ
കേറിയവനതുകൊണ്ടുതന്നെ മരിച്ചു.
ബാലന്മാരുമതുപോലെമൃത്യുപ്രാപിച്ചുവെങ്കിലും
ഗോപാലന്റെ കടാക്ഷത്താൽ പുനർജ്ജനിച്ചു.

വത്സസ്തേയം

13. ഗോപന്മാരോടൊത്തു കൃഷ്ണൻ ചോറുരുട്ടിയുണ്ണുന്നേരം
കാലിക്കിടാങ്ങളെഗ്ഗോപബാലന്മാരെയും
മായകൊണ്ടുമറച്ചുകൊണ്ടാകാശത്തിൽചെന്നുവിധി
വാരിജലോചനനതുംപരിഹരിച്ചു

രണ്ടിടത്തുമൊരേമട്ടിൽ പശുപരും പശുക്കളും
കണ്ടിവണ്ണമെല്ലാം പിന്നെകൃഷ്ണരൂപമായ്
ഉത്ക്കണ്ഠയോടിതുപാർത്തും പേർത്തും പേർത്തും നമസ്കരി-
ച്ചബ്ജസംഭവൻ കൃഷ്ണനെ സ്തുതിച്ചുപാടി.

14. മേഘശ്യാമളനായ്ക്കൈയ്യിൽക്കബളവുങ്കാലിക്കോലു-
മേന്തിനിൽക്കുമവിടത്തെ പ്രണമിക്കുന്നു
സർവ്വവ്യാപിനെന്റെ തെറ്റുപൊറുത്താലുമങ്ങുതന്നെ-
യെല്ലാമെന്നുഗ്രഹിച്ചേൻ ഞാൻ പ്രഭോനമസ്തേ
ഇപ്രകാരം സ്തുതിച്ചുകൊണ്ടജൻപോയി കുട്ടികളു-
മൊത്തു കൃഷ്ണൻ പതിവുപോൽ വ്രജത്തിലെത്തി.

15. രാമൻപശുക്കളുമായിധേനുകവനത്തിലെത്തി
താലമരങ്ങൾ കുലുക്കിപ്പഴം വീഴിച്ചു
അവയൊക്കെക്കൂട്ടുകാർക്കുകൊടുക്കുമ്പോൾ കഴുതതൻ
വടിവിലെത്തിയ ദൈത്യൻ വധിക്കപ്പെട്ടു.
ഗോപബാലന്മാരും ദേവന്മാരും ശ്രീകൃഷ്ണനും ബല
രാമനെ സ്തുതിച്ചെല്ലാരും തിരിച്ചുപോന്നു.

കാളിയമർദ്ദനം

16. കാളിന്ദിജലം കുടിച്ചുമരിച്ച ഗോപന്മാരെയും
ഗോക്കളെയും ശ്രീകൃഷ്ണൻതൻ കടാക്ഷങ്ങളാൽ
ജീവിപ്പിച്ചു നദിയിലേക്കെടുത്തുചാടിയ കൃഷ്ണൻ
ക്ഷോഭിപ്പിച്ചുകാളിയന്റെ വിടർന്നപത്തി
ഓരോന്നിലും മാറിമാറി, ക്കാൽത്തള കൈവളമേളം
ക്കേൾപ്പിച്ചുകൊണ്ടുള്ള നൃത്തം തുടങ്ങിയപ്പോൾ
കാളിയൻ വിഷം ഛർദ്ദിച്ചു വിനീതനായ് നാഗസ്ത്രീകൾ
കാർവർണ്ണനെ സ്തുതിച്ചിട്ടുമാപ്പുചോദിച്ചു

17. പാദമുദ്രകൊണ്ടു വൈനതേയഭയം നീക്കിസ്സർപ്പ-
രാജനെ രമണക ദ്വീപിലേക്കയച്ചു
വിഷമാലിന്യമില്ലാത്ത നദികൊണ്ടു പരിതോഷം
പിതൃമാതൃക്കളോടൊപ്പമേവർക്കും നൽകി

ആ രാത്രിയിൽകാട്ടിൽത്തന്നെ കഴിയുമ്പോൾ കാട്ടുതീയിൽ
കൂട്ടുകാർ പെടാതിരിക്കാനതുകുടിച്ചു.

18. രണ്ടുസംഘങ്ങളായ് ലീലാരണമാടിജ്ജേതാവിനെ-
പ്പരാജിതനെടുക്കുന്ന പന്തയംവച്ച്
ശ്രീദാമാവിനെസ്സ്വയമെടുത്തു രാമനെപ്രലംബ
നെക്കൊണ്ടെടുപ്പിച്ചവനെക്കൊല്ലിച്ചു കൃഷ്ണൻ

19. ഭാണ്ഡീരത്തിന്റെ ചുവട്ടിൽ ഗോപന്മാർ കളിച്ചുനിൽക്കെ
കാലികൾമുഞ്ജാടവിയിൽക്കയറിപ്പോയി
കാട്ടുതീയിലകപ്പെട്ടുപേടിച്ചകൂട്ടുകാരോടു-
നോക്കേണ്ടെല്ലാവരുംകണ്ണടച്ചുനിൽക്കുവിൻ
ഇപ്രകാരം പറഞ്ഞിട്ടക്കാട്ടുതീ കോരിക്കുടിച്ചു
പെട്ടെന്നു ഗോക്കളുമായിത്തിരികെയെത്തി

20. കൃഷ്ണൻ ഭക്തജനങ്ങളിൽക്കടാക്ഷം ചൊരിയുമ്പോലെ
വർഷർത്തുവിൽ ഭൂവിൽ വാനം ജലം ചൊരിഞ്ഞു
ഭക്തഹൃദയങ്ങൾ ദുഃഖമൊക്കെ വെടിയുന്നതുപോൽ
ശരത്തിൽ മേഘങ്ങളൊക്കെവെടിഞ്ഞു വാനം

21. ശരത്ക്കാലപുഷ്പാലങ്കൃതനായ് വേണുഗാനംകൊണ്ടു
പശുപക്ഷികളേയും മാൻപേടകളെയും
വൃക്ഷങ്ങളെ വള്ളികളെ ഗോവർദ്ധനപർവ്വതത്തെ
ഒക്കെക്കോരിത്തരിപ്പിച്ചുവേണുഗോപാലൻ
ഓർമ്മകളാൽ കാർവർണ്ണനിൽത്തങ്ങൾക്കുള്ള കാമഭാവം
ഓമനിച്ചു വർദ്ധിപ്പിച്ചുസദാ ഗോപിമാർ

കാർത്യായനീപൂജ

22. ഹേമന്തത്തിൽ ഗോപികമാർ പുലർകാലേ പോയ്ക്കുളിച്ചു
കാമദനാം കണ്ണനെന്റെപതിയാകണേ
കാർത്യായനിദേവിയോടുകണ്ണടച്ചു പ്രാർത്ഥിക്കുമ്പോൾ
ദേഹാഭിമാനംപോക്കുവാൻ ചേലകൾകട്ടു
ചേലകൊടുക്കുമ്പോൾ ശരത്സന്ധ്യകളിൽത്തമ്മിൽക്കാണാം
പോകുകിപ്പോഴെന്നു കണ്ണനാശ്വസിപ്പിച്ചു

വിപ്രപത്ന്യനുഗ്രഹം

23. ഗോപന്മാർ വിശന്നുചെന്നു ചോദിച്ചിട്ടുമന്നം വേദ-
വേദികളാം ബ്രാഹ്മണർ കൊടുക്കാതിരുന്നപ്പോൾ
ചോദിക്കാതെ തന്നെയെല്ലാവിഭവങ്ങളുംകൊണ്ടെത്തി
ഗോപർക്കന്തണപത്നിമാർ വിരുന്നു നൽകി
തടയപ്പെട്ടവർ വിഷ്ണുപദം പൂകിയിതുകണ്ടു
വഴിപോലെ വരവേൽക്കപ്പെട്ടുഭാര്യമാർ

24. എല്ലാവരുമിന്ദ്രയാഗത്തിന്നൊരുങ്ങുന്നതു കണ്ടു
കണ്ണൻ നന്ദനോടുചോദിച്ചെന്തിസ്സംഭ്രമം
ഇന്ദ്രനെന്തുചെയ്‌വൂ നമുക്കൊക്കെയും നൽകുന്നു ഗിരി
ഗിരിയെഗോവർദ്ധനത്തെപ്പൂജിക്കേണം നാം.
വിപ്രസംഘം സമർപ്പിച്ച നിവേദ്യങ്ങളെല്ലാംതന്നെ
സ്ഥൂലരൂപനായ് ഗിരിപോൽ പരിഗ്രഹിച്ചു.
ഗോപരോടുമൊത്തു കൃഷ്ണൻഗോവർദ്ധനെത്തെ സ്തുതിച്ചു
കോപിഷ്ഠനായതുകണ്ടുസഹസ്രനേത്രൻ

ഗോവർദ്ധനോദ്ധാരണം

25. മേഘങ്ങളോടപ്പോഴിന്ദ്രൻ കല്പിച്ചുഗോപന്മാരെയും
ഗോപാലനെയും പീഡിപ്പിച്ചവശരാക്കാൻ
ഗോവർദ്ധനത്തെക്കുടപോലുയർത്തിപ്പിടിച്ചു കൊണ്ടു
ഗോവിന്ദനേഴുദിനങ്ങൾ വൃഷ്ടിനേരിട്ടു
ലജ്ജയോടെയിന്ദ്രനപ്പോൾ വർഷമേഘങ്ങളെയെല്ലാം
പ്രത്യാഗമിപ്പിച്ചുകൊണ്ടുമാപ്പുചോദിച്ചു

26. എന്തിവന്റെ സിദ്ധികളെന്നത്ഭുതം കലർന്നഗോപർ
നന്ദനോടു ചോദിച്ചപ്പോൾ പറഞ്ഞിതേവം
വിഷ്ണു തുല്യനാണീബാലനവനെയാശ്രയിക്കുന്നോർ
ശത്രുക്കൾക്കുപേടിയാകുംപടി വളരും
പണ്ടുവസുദേവന്നിവൻ നന്ദനനായിരുന്നെന്നും
ബഹുനാമനെന്നും ബഹുകർമ്മനെന്നുമാം

ഇപ്രകാരം ഗർഗ്ഗമുനി പ്രവചിച്ചിട്ടുണ്ടതിനാൽ
ഇപ്പോൾ നമുക്കറിയുവാനാവില്ലതൊന്നും

ഗോവിന്ദപട്ടാഭിഷേകം

27. നാണംകൊണ്ടുതാണുപോയമുഖവുമായിദേവേന്ദ്രൻ
ഗോകുലത്തിലെത്തിക്ക്യഷ്ണനെ പ്രണമിച്ചു
കൃഷ്ണന്റെ മധുരാലാപനങ്ങൾകൊണ്ടാശ്വസിച്ചിന്ദ്രൻ
കൃഷ്ണനെ ഗോവിന്ദനെന്നു പ്രകീർത്തിച്ചപ്പോൾ
കാമധേനു പാലുകൊണ്ടു മംഗളാഭിഷേകം ചെയ്തു
ഗോവിന്ദാച്യുതാനന്ദനെന്നേറെ സ്തുതിച്ചു.

28. ഏകാദശിക്കുപവാസം കഴിഞ്ഞതിൻപിറ്റേദിനം
പ്രാതഃസ്നാനത്തിനുപോയ നന്ദഗോപനെ
അസുരന്മാരാരോ വരുണലോകത്തിലേക്കുകൊണ്ടു
കടന്നപ്പോൾ കണ്ണൻചെന്നുപ്രത്യാനയിച്ചു
നന്ദഗോപനെയും മറ്റു ഗോപന്മാരെയും ഗോവിന്ദൻ
തന്റെ ലോകം കൊണ്ടുപോയിക്കാട്ടിക്കൊടുത്തു
പരമാനന്ദരസത്തിൽ മുങ്ങിപ്പോയവരെപ്പിന്നെ
ഹരിതന്നെയതിൽനിന്നും സമുദ്ധരിച്ചു.

രാസലീല

29. വൃന്ദാവനത്തിലൊരന്തിനേരം കൃഷ്ണൻ കാമാർത്തരും
സുന്ദരികളുമായ തൻ ചങ്ങാതിമാരെ
കാന്തനെ മക്കളെ ഗൃഹം മേനിപോലും വിസ്മരിച്ച
ധ്യാനാവസ്ഥപോലെയൊരു പ്രേമാവസ്ഥയിൽ
വേണുഗാനങ്ങളിലൂടെയാഹ്വാനം ചെയ്തുവരുത്തി
യോഗമായകൊണ്ടവരെയാനന്ദിപ്പിച്ചു
മന്മഥവിജയമാകുമാമഹാനാടകത്തില-
ക്കന്യകമാർ സ്വന്തം സ്വന്തം സൗഭാഗ്യങ്ങളെ
അന്തഃരംഗച്ചെപ്പിലിട്ടു കിലുക്കിലുക്കികൊണ്ട-
ഹങ്കരിച്ചു കണ്ണനപ്പോളൊളിഞ്ഞുനിന്നു

30. ഞങ്ങളുടെ ചിത്തചോരൻ സുമധുരരൂപനായ
കണ്ണനെയെങ്ങാനും നിങ്ങളിവിടെക്കണ്ടോ
വല്ലീമൃഗാദികളോടുപക്ഷികളോടുമീമട്ടിൽ
പുല്ലുകൾക്കിടയിൽപോലും തെരഞ്ഞിടുമ്പോൾ
കൃഷ്ണനെത്തന്നെ വിളിച്ചുറക്കെക്കരഞ്ഞിടുന്നൊരു
കൃഷ്ണപ്രിയയെക്കണ്ടവരൊന്നിച്ചുപാടി

ഗോപികാഗീതം

31. ദയിതനിൻകഥയാകും ജലത്തിൽമുങ്ങിക്കുളിച്ചു
പരിശുദ്ധർ ഞങ്ങളെവിട്ടെവിടെപ്പോയി
വ്രജ ജനവാസികൾക്കു ഭയങ്ങളെപ്പോക്കീടുന്ന
പ്രിയജനമാകും നിന്റെയധരരസം
തരികയില്ലയോ കണ്ണാ ഞങ്ങളെക്കരതലങ്ങൾ
ശിരസ്സിലണച്ചൊന്നനുഗ്രഹിക്കില്ലയോ
അവിടന്നുസുഖിച്ചാലല്ലാതെസുഖം ഞങ്ങൾക്കില്ല
തവവിരഹത്തീയണയ്ക്കാൻ വരേണമേ.

32. മഞ്ഞപ്പട്ടുടുത്തു പുഞ്ചിരിയും തൂകിക്കൊണ്ടവർക്കു
മുമ്പിലേക്ക് കണ്ണൻ വന്നിട്ടൊപ്പമിരുന്നു.
നിങ്ങൾ വെറുതെ തളർന്നു നിങ്ങളുടെ കൂടെ ഞാനു-
ണ്ടെന്നുമുണ്ടു കൈവിടുകയില്ല നിങ്ങളെ
പ്രേമമേറെപ്പരിപോഷിപ്പിക്കാനാണിച്ചെയ്തതൊക്കെ
കാമിനിമാരെ മധുരം പങ്കുവച്ചുനാം
നാരായണ നാരായണ നാരായണ നാരായണ
നാരായണ നാരായണ രാധേ ഗോവിന്ദ

33. ലീലാവിലോലനായോരോ ഗോപികയോടും കൈകോർത്തു
പ്രേമപുരസ്സരം ചുംബനാലിംഗനങ്ങൾ
ആളിമാർക്കു കൈവളകാൽച്ചിലമ്പുനൂപുരങ്ങളും
മേളത്തിൽക്കിലുങ്ങുമാറുനൃത്തംചവിട്ടി
ആത്മാരാമനഭിരമിപ്പിച്ചു ഗോപിമാരെയവർ
ആത്മഹർഷത്തിന്റെ തുംഗശൃംഗത്തിലെത്തി

വേണുഗാനം

34. അംബികാവനത്തിലെത്തിയുമാമഹേശ്വരന്മാരെ-
വന്ദിക്കുവാൻ ഗോപരൊത്തുനന്ദൻ പോയപ്പോൾ
പെരുമ്പാമ്പിൻ വായിൽപ്പെട്ടുകൃഷ്ണൻമോചിപ്പിച്ചപ്പോഴേ
വിദ്യാധരനായിസ്സർപ്പം സ്വർഗ്ഗത്തിൽപോയി
ഗോപസ്ത്രീകളെഹരിച്ച ഗുഹ്യകനെ നിഗ്രഹിച്ചു
ശിരോരത്നം കാഴ്ചയായി രാമന്നർപ്പിച്ചു

35. കാനനത്തിലേക്ക് കൃഷ്ണൻപൊയ്ക്കഴിഞ്ഞാൽ വിരഹിത-
രായിത്തീർന്നഗോപസ്ത്രീകൾ പാടിനാരേവം
കാളിന്ദിയും ബാലവല്ലികളും പക്ഷിവൃക്ഷങ്ങളും
കാതിന്നിമ്പം നൽകിടുന്ന നാദഭംഗിയിൽ
വേണുഗാനംപൊഴിക്കുന്ന മാസ്മരികദൃശ്യംനൽകും
ലീലാഗോപാലനെക്കാണ്മൂ പകൽ മുഴുവൻ
സുകൃതികൾ മാത്രം കാണും വ്രജത്തിന്നുശുഭമേകും
സുകൃതസ്വരൂപനായ പുണ്യരൂപനെ.

36. കാളയായരിഷ്ടൻ വന്നു ഭീതിയേകി വ്രജത്തിന്നു
ലീലയായ് കൃഷ്ണനവനെ നിഗ്രഹിച്ചപ്പോൾ
സാദരം കംസനെ സന്ദർശിച്ചു നാരദർഷി ചൊല്ലി
താവകശത്രുക്കൾ രണ്ടും വ്രജത്തിൽ വാഴ്‌വൂ
രാമനും കൃഷ്ണനുമതു കണ്ടുവേണ്ടതു ചെയ്കെന്നാ
മാമുനിപറഞ്ഞുപൊയ്ക്കഴിഞ്ഞയുടനെ
അക്രൂരനോടാജ്ഞാപിച്ചു ശത്രുക്കളെയിപ്പുരത്തി-
ലെത്തിക്കേണം വസുദേവപുത്രന്മാരെനീ

37. കേശിയെക്കുതിരയുടെ രൂപത്തിൽവന്ന ദൈത്യനെ
കേശവൻ നിഗ്രഹിച്ചതിൽ പിന്നീടൊരിക്കൽ
നാരദൻ പറഞ്ഞു കുന്തീദേവിക്കാശ്വാസം പകരാൻ
പോരിൽതേരാളിയായ് വേഗം ചെല്ലേണം കൃഷ്ണാ
ലോകനാഥനാണങ്ങതുമറക്കല്ലേയദുപതേ
നാരദൻപോയ് വ്യോമൻ പിന്നെ വധിക്കപ്പെട്ടു.

38. തേരിലേറിപ്പിറ്റേന്നാളക്രൂരൻ മധുരയിലേക്ക്
പോരുന്നേരം കൃഷ്ണസ്മൃതി തരളിതനായ്
ഭാഗ്യം ഭാഗ്യമിതെന്നോർത്തുകൊണ്ടു നന്ദഗേഹമെത്തി
യന്തിക്കവരെല്ലാരെയും നേരിട്ടുകണ്ടു
അത്യന്തഹൃഷ്ടനായ് മുന്നിൽ പ്രണമിച്ചോരക്രൂരനെ
കെട്ടിപ്പിടിച്ചുകൊണ്ടവർ സ്വാഗതം ചെയ്തു

39. പോകുന്നു നമ്മുടെ കൃഷ്ണൻ നമ്മെ വിട്ടു മധുരയി-
ലേവം കേട്ടുഗോപസ്ത്രീകൾ പൊട്ടിക്കരഞ്ഞു
രാമകൃഷ്ണന്മാരുടെ തേർ തെളിച്ചുകൊണ്ടന്നുച്ചയ്ക്ക്
യാമുനതീരത്തിലെത്തി ഭക്തനക്രൂരൻ
മാദ്ധ്യന്ദിനംചെയ്തുകൊണ്ടുകാളിന്ദിയിൽ മുങ്ങിയപ്പോൾ
മാധവനെയനന്തന്റെ മുകളിൽ കണ്ടു
രണ്ടുപേരുമുണ്ടു തന്റെയുള്ളിലും രഥത്തിലുമീ
നിമ്നഗയിലുമെന്നാശ്വസിച്ചു സ്തുതിച്ചു.

40. ആദിപുരുഷനാമവിടത്തെ സ്തുതിച്ചിടുന്നുഞാൻ
നാഭീപങ്കജത്തിലുള്ള ബ്രഹ്മാവുപോലും
രൂപമെന്തെന്നറിയുന്നതില്ലപ്രഭോ ലോകത്തിന്നു
സേവ ചെയ്വാൻ വേണ്ടി നാനാരൂപം ധരിപ്പൂ
ഭക്തന്മാരർപ്പിച്ചതൊക്കെസ്വീകരിച്ചിടുന്നുപ്രീത്യാ
രക്ഷിക്കണമെന്നെയും ഞാനർത്ഥിക്കേണമോ

41. ആനയിക്കപ്പെട്ടുകൃഷ്ണൻമധുരയിലെല്ലാരാലും
പൂജിക്കപ്പെട്ടു രജകനോടുവസനം
ചോദിച്ചതുകൊടുക്കാതെയാക്ഷേപിച്ചുകൊണ്ടുചീത്ത
വാക്കുകൾ പറയുക കൂടിച്ചെയ്തതിനാൽ
വസ്ത്രം കൈക്കലാക്കി, വധശിക്ഷ കൂടി നൽകിയിട്ടു
ഭക്തനായവായകനെയനുഗ്രഹിച്ചു
സുദാമാവിന്റെ വസതിയിലേയ്ക്കെത്തി ബലംധനം
സുഖമെല്ലാം സമ്മാനമായവന്നു നൽകി.

42. കുബ്ജ കുറിക്കൂട്ടുകൊണ്ടു സത്ക്കരിക്കയാലവളെ
വിശ്വമോഹിനിയാക്കി നിന്നഭിലാഷങ്ങൾ
ഒക്കെപ്പൂർത്തീകരിക്കാമെന്നവൾക്കുറപ്പുനൽകിക്കൊ-
ണ്ടപ്പുരത്തിലുള്ള ചിലവണിക്കുകൾക്ക്
ഉപഹാരങ്ങളും നൽകിപ്പൂജകളും സ്വീകരിച്ചു
ധനുസ്സുപൂജയ്ക്കുവച്ചോരിടത്തുചെന്നു
കംസഹൃദയത്തിൽ ഭയം വിറയലായ് നിറച്ചുകൊ-
ണ്ടച്ചാപം രണ്ടായ് മുറിച്ചു കൈകളിലേന്തി

കംസവധം

43. മഞ്ചത്തിൽ നന്ദഗോപരും മറ്റതിഥികളും വന്നു-
മല്ലരംഗത്തിൻ വാതില്ക്കലാരവം കേട്ടു
കുവലയാപീഡത്തിനെ നിഹനിച്ചു കൊമ്പുമൂരി
പ്പിടിച്ചുകൊണ്ടപ്പോൾ കൃഷ്ണൻ കയറിവന്നു.
ഭഗവാനെപ്പലഭാവങ്ങളിൽക്കണ്ട സദസ്സപ്പോൾ
പലമട്ടിൽ പ്രശംസിച്ചു കൃഷ്ണനനന്നേരം
ചാണൂരന്റെ വെല്ലുവിളി ഏറ്റെടുത്തുരാമനുമായ്
മല്ലയുദ്ധവേദിയിലേക്കെത്തി ഭഗവാൻ.

44. ചാണൂരനെമല്ലയുദ്ധത്തിൽ ഭഗവാൻ നിഹനിച്ചു
മുഷ്ടികനെ ബലരാമൻ കൂടാദികളും
നിഗ്രഹിക്കപ്പെട്ടുകംസൻ കോപത്തോടെയെന്തൊക്കയോ
ജല്പിക്കവേ മഞ്ചത്തിലേക്കെടുത്തുചാടി
മഞ്ചത്തീന്നുതള്ളിയിട്ടു കംസനെ വധിച്ചു കൃഷ്ണൻ
തഞ്ചത്തിൽ വിധവകളെയാശ്വസിപ്പിച്ചു.

45. കുറ്റമൊന്നും ചെയ്യാത്തവരെങ്കിലും കാരാഗൃഹത്തിൽ
പ്പെട്ടുപോയവരെയൊക്കെ തുറന്നുവിട്ടു
ഉഗ്രസേനനെ രാജാവായ് നിശ്ചയിച്ചു നന്ദനെയും
ഉറ്റവരെയുമെത്തിച്ചു വൃന്ദാവനത്തിൽ
വിദ്യാനിധിയാം സാന്ദീപനിയിൽനിന്നും വിദ്യകളും
അഭ്യസിച്ചുദക്ഷിണയായ് പുത്രനെ നൽകി

മഥുരയിൽക്കൊട്ടാരത്തിൽ വന്നുടനെയുദ്ധവനെ
വ്രജത്തിലെ സഖികൾക്കുദൂതനായ് വിട്ടു

46. ഭക്തനും ബുദ്ധിമാനുമാനുമാമുദ്ധവൻകൃഷ്ണന്റെ ദൂത-
നെത്തി നന്ദഗോകുലത്തിൽ സത്കൃതനായി
മക്കളെപ്പിരിഞ്ഞിരിക്കയെന്നില്ലല്ലോ നമുക്കുള്ളിൽ
എപ്പോഴുമുണ്ടല്ലോ കൃഷ്ണനെല്ലായിടത്തും
മധുരാപുരിയിൽ മകൻ സുഖമായിട്ടിരിക്കുന്നു
മധുരിപു കൈവിടില്ലൊരിക്കലും നമ്മെ

47. ചിത്തത്തിലെപ്പോഴും കൃഷ്ണചിന്തയുള്ള ഗോപസ്ത്രീകൾ
ഉദ്ധവദൂതുകൊണ്ടേറെയാശ്വസ്തരായി
കൃഷ്ണവൃത്താന്തങ്ങൾകൊണ്ടുപിന്നെയുമാശ്വസിപ്പിച്ചു-
തൃപ്തരാൽ പൂജിതനായി ബുദ്ധിസത്തമൻ
വന്ദേ നന്ദവ്രജസ്ത്രീണാം പാദരേണു മഭീഷ്ണശ
എന്ന മന്ത്രം നൽകിക്കൊണ്ടുതിരിച്ചുപോന്നു

48. കാമതാപിതയാംസൈരന്ധ്രിയെ കൃഷ്ണൻ സന്ദർശിച്ചു
മാരലീലകളാൽത്തന്നെ സംതൃപ്തയാക്കി
അക്രൂരനെ ഹസ്തിനപുരത്തിലേക്കയച്ചു കുന്തീ-
പുത്രന്മാരുടെ വിവരമന്വേഷിപ്പിച്ചു
രക്ഷിക്കപ്പെടേണ്ടവരാണെന്നു ദൂതിനൊരുശക്തി
കിട്ടുവാനായെന്നവണ്ണം പറഞ്ഞയച്ചു.

49. ഹസ്തിനപുരത്തിൽച്ചെന്നുകൃഷ്ണകടാക്ഷങ്ങൾകൊണ്ടു
ദുഃഖം തീർക്കുമാറുകണ്ടു കുന്തിയെ ദൂതൻ
ഭീഷ്മപിതാമഹനെയും വിദൂരനെയും സന്ദർശി-
ച്ചാദ്യംതന്നെ വിവരങ്ങളറിഞ്ഞിരുന്നു.
വിഷം കൊടുത്തതും മറ്റുമറിഞ്ഞന്ധനൃപനോടു
ഹിതമാം ധർമ്മങ്ങളേറെയുപദേശിച്ചു
തിരിച്ചുവന്നിനിയെന്തുവേണമെന്നുനിർണ്ണയിക്കാൻ
ശരിക്കുകാര്യങ്ങളെല്ലാമുണർത്തിമുൻപിൽ

ഉത്തരാർദ്ധം

50. വിദ്വേഷത്താലീഭൂമിയിൽ യാദവന്മാരില്ലാതാക്കാൻ
നിശ്ചയിച്ചു സൈന്യത്തോടുകൂടി മാഗധൻ
എത്തിയപ്പോൾ സൈന്യങ്ങളെത്തകർത്തിട്ടു മാഗധനെ
വിട്ടയച്ചു തന്ത്രമെന്ന നിലയ്ക്ക് കൃഷ്ണൻ
രാമനോടുമാലോചിച്ചു വിചാരിച്ചതുപോലവൻ
ആഗമിച്ചുപലവട്ടംസൈന്യങ്ങളുമായ്
ദ്വാരകാനഗരം പണിതീർത്തുസുരക്ഷിതരായി
യാദവന്മാരെയങ്ങോട്ടു നയിച്ചുരാമൻ

51. വരംനേടിയിന്ദ്രനോടു ചിരകാലമായുറങ്ങും
മുചുകുന്ദൻ കൃഷ്ണനെന്നു ധരിച്ചുണർത്തി
യവനൻ നയനാഗ്നിയിലെരിഞ്ഞു, മുചുകുന്ദനു-
മവനതശീർഷനായി തൊഴുതുനിന്നു
ഹരിയോടനുജ്ഞനേടി സ്തുതിച്ചിട്ടപ്പോഴേതന്നെ
ബദരീധാമത്തിൽപ്പോയി തപസ്സുചെയ്‌വാൻ

രുഗ്മിണീസ്വയംവരം

52. കുണ്ഡിനത്തിൽനിന്നു രാജനന്ദിനിയുടെ ദൂതുമായ്
വന്നവിപ്രൻ ദ്വാരകയിൽ കൃഷ്ണനെക്കണ്ടു
അങ്ങയുടെ ഗുണങ്ങൾ കേട്ടങ്ങയിലനുരക്ത ഞാൻ
അങ്ങിവിടെ വന്നെന്നെയും കൊണ്ടുപോകേണം
സ്വന്തം ഭക്ഷണത്തെസിംഹമെന്നപോലെന്നെക്കാക്കേണ-
മല്ലെങ്കിൽ വൈകാതെഞാനീയുടൽവെടിയും

53. വൈദർഭിയുടെയീവാക്യമതേഭാവത്തിലെടുത്തു
വൈദർഭരാജ്യത്തിലെത്തിപ്പൂജിക്കപ്പെട്ടു
വിപ്രവാക്യങ്ങളാൽപരിതുഷ്ടയായ രുഗ്മിണിയും
കൃഷ്ണപത്നിയാം താനെന്ന വിശ്വാസത്തോടെ
അമ്മേ ദേവി വേഗമെന്നെക്കൃഷ്ണനോടുചേർക്കേണമെ-
ന്നംബികയോടുപ്രാർത്ഥിച്ചുകൊണ്ടിറങ്ങുമ്പോൾ

അമ്പലനടയിൽക്കാത്തുകിടക്കുംതൻ രഥത്തിലേ-
ക്കംബുജലോചനൻ കൈപിടിച്ചുകയറ്റി.

54. യുദ്ധഭൂമിയിൽക്കൃഷ്ണനെത്തടയുവാനുദ്യമിച്ച
ചൈദ്യപക്ഷപാതികൾ പിന്തിരിഞ്ഞുപോയി
പിന്തുടർന്നു ചെന്നു രുഗ്മി വിരൂപനായന്നു തന്നെ
കുണ്ഡിനം ന പ്രവിശ്യാമി ശപഥം ചെയ്തു
ദ്വാരകാവാസികൾ വിഷ്ണുമഹാലക്ഷ്മിയോടു കൂടി-
യാഗമിച്ച കുടിവയ്പ്പൊരുത്സവമാക്കി

55. ദേഹമില്ലാതായ കാമനുടൽനേടി പ്രദ്യുമ്നനായ്
ആഴിയിലെറിയപ്പെട്ടുവെങ്കിലും മത്സ്യം
കൊത്തിവിഴുങ്ങുകയാൽ പരിക്കുകളൊട്ടുമില്ലാതെ
രക്ഷപ്പെട്ടു രതിയുടെകൈകളിലെത്തി
നാരദന്റെ വാക്കിനാലകൈകളിൽവളർന്നു പിന്നെ
ദ്വാരകയിലേക്കുവന്നു കാമദേവനായ്

56. മിഥ്യാപവാദം തുടച്ചുനീക്കുവാനായ് സ്യമന്തകം
പ്രത്യാനയിക്കുവാൻ കാട്ടിൽ സഞ്ചരിക്കവേ
പ്രസേനന്റെ മൃതദേഹം സിംഹത്തിന്റെ കാല്പാടിനും
സിംഹദേഹം കുരങ്ങന്റെ ചവിട്ടടിക്കും
അടുത്തുകണ്ടന്വേഷിച്ചു ജാംബവാന്റെ പുത്രിയെയും
രത്നത്തെയും ഭാമയെയും പരിഗ്രഹിച്ചു.

57. സത്രാജിത്തിന്റെയും ശതധന്വാവിന്റെയും മരണം
പാണ്ഡവന്മാർക്കുണ്ടായ്വന്ന വിപത്തുകളും
സ്യമന്തകം കൈയിൽവന്നുപെട്ടതിനാൽ ഭയപ്പെട്ടി-
ട്ടക്രൂരൻ നാടു വെടിഞ്ഞു പോയ്മറഞ്ഞതും
രാമനനുജനോടുവേർപിരിഞ്ഞുമിഥിലയിൽപോയ്
താമസിച്ചതുമർത്ഥത്തിൻ പരിണാമങ്ങൾ

58. തന്നെത്തപം ചെയ്ത സൂര്യപുത്രിയാകും കാളിന്ദിയെ
അവന്തിരാജപുത്രിയാം മിത്രവിന്ദയെ

ഏഴുകാളകളെയൊരേസമയത്തു കീഴടക്കി
വീരാഗ്ര്യനായ്സത്യയെയും വേളികഴിച്ചു
ഭദ്രയെസ്സഹോദരന്മാർകൊടുത്തിതു ലക്ഷ്യവേധം
ലക്ഷ്മണയെനേടാൻ ലഘുസാധ്യമായ്ച്ചെയ്തു

59. സത്യഭാമാസമേതനായ്ച്ചെന്നുകോട്ടകൾ തകർത്തു
നിഗ്രഹിച്ചു നരകനെയും മുരനെയും
കുണ്ഡലം വീണ്ടെടുത്തിന്ദ്ര മാതാവിന്നു നൽകിടുമ്പോൾ
നൽകി പാരിജാതത്തിൻതൈ സത്യഭാമയ്ക്കും
നരകനന്തപ്പുരത്തിൽ തടവിൽ പാർപ്പിച്ചിരുന്ന
പതിനാറായിരം കന്യമാരെയും വേട്ടു
പതിനാറായിരത്തെട്ടുപത്നിമാരുമൊത്തു കൃഷ്ണൻ
അനാസക്തനായ് വരിച്ചു ഗൃഹസ്ഥധർമ്മം

60. രുഗ്മിണിയോടൊരിക്കൽ പറഞ്ഞു ഭഗവാൻ വിശുദ്ധേ
നിർഗ്ഗുണനാം വിത്തശൂന്യനെന്നെവെടിയൂ
വരിച്ചുകൊൾകൊരുഗുണവാനാം നൃപനെപ്പതിയായ്
ഗതഗർവ്വം പത്നിയപ്പോഴുത്തരം നൽകി
എല്ലാവർക്കുമെപ്പോഴുംശരണം നൽകീടുന്ന വിത്ത
മല്ലയോ ഭഗവാനതുമാത്രമെൻ വിത്തം
ഗാഢാലിംഗനത്തോടേവം ബോധിപ്പിച്ചതൻപ്രിയയെ
ഊഢമോദംപുണർന്നോതി സാന്ത്വനോക്തികൾ

61. പത്നിമാരുടെ ഭാവഹാവങ്ങൾകൊണ്ടുചലിക്കാത്ത
കൃഷ്ണനോരോരുത്തരിലും പത്തുപുത്രന്മാർ
പിറന്നിതവരും പുത്രവാന്മാരായി, പ്രദ്യുമ്നന്റെ
പുത്രനാമനിരുദ്ധന്റെ വേളിക്കാലത്ത്
ചൂതുകളിയിലെത്തർക്കം പരിഹാസമായിത്തീർന്നു
രാമനന്നുവിടുവിച്ചരുഗ്മിയെക്കൊന്നു

62. ശിവപ്രീതിനേടിയബാണാസുരന്റെ പുത്രിയാകു-
മുഷയൊരുനാൾ സ്വപ്നത്തിലനിരുദ്ധനെ

കാണുകയും സമാഗമിക്കുകയും ചെയ്തുണർന്നിട്ടും
പ്രേമവിരഹത്താലെന്നവണ്ണംകരഞ്ഞു
ചിത്രലേഖനസാമർത്ഥ്യമുള്ളതോഴിചിത്രലേഖ
ചിത്രത്താൽത്തിരിച്ചറിഞ്ഞരുകിലെത്തിച്ചു

63. വീരനാമനിരുദ്ധനെ മായാരണത്തിൽ ബന്ധിച്ച
ബാണനെയും ശിവനെയും ജ്വരത്തിനെയും
തോൽപ്പിച്ചുബാണന്റെ കൈകളറുക്കുവാൻ തുടങ്ങുമ്പോൾ
പ്രാർത്ഥിച്ചു ഭഗവാൻ നാലുകൈകൾകൊടുത്തു
എല്ലാം ക്ഷമിച്ചിട്ടൊടുവിലുഷയെത്തന്റെ പൗത്രന്നു
വല്ലഭയായ്കൂട്ടിക്കൊണ്ടുതിരിച്ചുപോയി.

64. ദാനശീലനാണെങ്കിലുമിക്ഷ്വാകുവിൻ പുത്രൻനൃഗൻ
ദാനത്തിലെപ്പിഴകൊണ്ടൊരോന്തായിത്തീർന്നു
ഭഗവാന്റെ കൈകൊണ്ടൊന്നുതൊട്ടപ്പോഴാരൂപം മാറി
ഭഗവാനെ സ്തുതിച്ചിട്ടു സ്വർഗ്ഗതനായി.

65. ഗോകുലത്തിലേക്കൊരിക്കൽ വന്നു രാമൻ സത്കൃതനായ്
നന്ദനെയശോദയെയും വന്ദിച്ചുമുന്നേ
വിരഹതപ്തകളാകും ഗോപിമാർക്കാനന്ദംനൽകി
കലപ്പയാൽ കാളിന്ദിക്കു കൈവഴികളും

66. കൃത്രിമക്കൈകളുംകൃഷ്ണവേഷവുമണിഞ്ഞുകൊണ്ടും
കൃഷ്ണൻ ഞാനാണെന്നുസ്വയംപറഞ്ഞുകൊണ്ടും
വാസുദേവനെന്നപേരുപേരിനോടുകൂട്ടിച്ചേർത്തും
പോരിന്നു വിളിച്ചുവന്നതാണു പൗണ്ഡ്രകൻ
സാമോപായം ഫലിക്കാതെ വന്നപ്പോൾ തൃക്കൈയ്യുകളാൽ
സാരൂപ്യമുക്തിയെ നൽകിയനുഗ്രഹിച്ചു
വെല്ലുവിളിക്കാനായ് സ്വയംകെട്ടിയവിഡ്ഢി വേഷത്തെ-
യെന്തുമാത്രംദയയോടെ കണ്ടുകാർവർണ്ണൻ

67. ദുർമ്മാർഗ്ഗിയും വൃക്ഷങ്ങളെപ്പറിച്ചെറിയുന്നവനും
നരകന്നു സഖാവുമാമൊരുവാനരൻ

വിവദനെന്നവൻബലരാമനെയപഹസിച്ചു
ബലമുഷ്ടിപ്രഹാരേണതകർന്നുവീണു

68. ദുര്യോധനപുത്രിയായ ലക്ഷ്മണയെജാംബവതീ
പുത്രനായ സാംബൻ കൂട്ടിക്കൊണ്ടുപോരുവാൻ
ഹസ്തിനപുരത്തിലെത്തിയുദ്ധത്തിൽ ബന്ധിക്കപ്പെട്ടു
ശിഷ്യപുത്രിയെ ചോദിച്ചു രാമൻ ചെന്നപ്പോൾ
പുച്ഛിച്ചതുകൊണ്ടു ക്രുദ്ധനായ് ഹസ്തിനമിളക്കിയ
യുദ്ധവീരനെത്തൊഴുതു മാപ്പുചോദിച്ചു
മുക്തനായസാംബനെയുംസ്നുഷയെയുംകൊണ്ടുരാമ-
നെത്തി ദ്വാരകയിലേയ്ക്കു കൃതാർത്ഥനായി

69. ഭഗവാന്റെ ഗാർഹസ്ഥ്യംകാണുവാൻചെന്ന നാരദന്റെ
മഹിതാനുഭവങ്ങൾക്കു നമസ്കാരങ്ങൾ
ദ്വാരകയിലൊരിടത്തുധർമ്മമാർഗ്ഗവിചിന്തനം
മന്ത്രിമാരുമായുണ്ടൊരിടത്തുചർച്ചകൾ
വിനോദവുമുണ്ടു, ബ്രഹ്മധ്യാനംമറ്റൊരിടത്തുണ്ടു
പുരാണശ്രവണവും സന്ധ്യോപാസനയും
ഓരോഗൃഹത്തിലും ഭിന്നഭിന്നമായധർമ്മങ്ങളിൽ
ഒരേതരം കൗതുകം സന്ദർശിച്ചുമുനി

70. മാഗധനാം ജരാസന്ധൻതടവിലിട്ടിരിക്കുന്ന
രാജാക്കളിരുപതിനായിരത്തെണ്ണൂറും
മോചനപ്രാർത്ഥനയുമായയച്ച ദൂതനുംരാജ
സൂയത്തിനു ധർമ്മപുത്രരുടെ ദൂതനും
ഏകകാലത്തു വന്നതുകണ്ടുകൃഷ്ണനുദ്ധവനോ-
ടാരാഞ്ഞുഞാനേതുകാര്യമാദ്യം ചെയ്യണം.

71. ദിഗ്വിജയം രാജസൂയത്തിനു വേണം മാഗധനെ
നിഗ്രഹിക്കുന്നതു ഭീമസേനനാകട്ടെ
അങ്ങനെതടവിലുള്ള രാജാക്കന്മാർമുക്തരാകും
അങ്ങതിനാൽഹസ്തിനത്തിലേക്കുപോകണം

ഇത്രയും കേട്ടപ്പോൾത്തന്നെയപ്രകാരംതീർച്ച ചെയ്തു
ഹസ്തിനപുരിയിൽച്ചെന്നുപൂജിതനായി

72. യജ്ഞോത്സാഹം വളർത്തി ഭീമാർജ്ജുനന്മാരോടുംകൂടി
വിപ്രവേഷത്തിൽ മാഗധസന്നിധിപൂകി
ദ്വന്ദ്വയുദ്ധമവനോടുയാചിച്ചു ഭീമനെക്കൊണ്ടു
കമ്പൊടിച്ചുപിളർക്കുംപോൽക്കൊല്ലിച്ചുകൃഷ്ണൻ

73. ബന്ധനത്തിൽനിന്നും മോചനം നേടിയ രാജാക്കന്മാർ
ബന്ധുവായ് ഹരിയെകണ്ടിട്ടേവം സ്തുതിച്ചു
അങ്ങയോടുഭക്തിമാത്രംമതി രാജ്യം ധനങ്ങളും
ഞങ്ങൾക്കിനി വേണ്ട പ്രഭോ സംസാരദുഃഖം
തിരുമാറു കനിയണേയവരെയനുഗ്രഹിച്ചു
മൂവരും തിരികെ രാജധാനിയിലലെത്തി

74. രാജസൂയപൂജകളിൽബ്രഹ്മാവും ശിവനും മറ്റു-
ദേവന്മാരും പങ്കെടുത്തു പാണ്ഡവജ്യേഷ്ഠൻ
അഗ്ര്യപൂജ ഭഗവാനുനൽകിയപ്പോൾ ദേവലോകം
പുഷ്പവൃഷ്ടിയോടെ ജയഘോഷം മുഴക്കി
സഹിയാതെ കൃഷ്ണനിന്ദാട്ടവചനങ്ങൾ ചൊരിഞ്ഞപ്പോൾ
ശിശുപാലനെ വധിച്ചു സാരൂപ്യം നൽകി

75. ഭീമാദികളാമനുജന്മാരും സുഹൃജ്ജനങ്ങളു-
മോരോകൃത്യമേറ്റെടുത്തു നടത്തി നന്നായ്
ഗംഗയിൽച്ചെന്നവഭൃഥസ്നാനം ചെയ്തു യുധിഷ്ഠിരൻ
കണ്ടിതൊന്നുംസഹിക്കാതെയസൂയയോടെ
ദുര്യോധനനിന്ദ്രപ്രസ്ഥസഭാതലത്തിൽ വന്നപ്പോൾ
സ്ഥലജലഭ്രാന്തിമൂലം വെള്ളത്തിൽ വീണു.

76. ഭൂമിയിൽ യാദവന്മാരേയില്ലാതാക്കാൻ മോഹത്തോടെ
ശിവനെസ്സേവിച്ചു സാല്വൻവിമാനംനേടി
മാധവന്റെ രാജധാനി തകർക്കുന്നയുദ്ധത്തിനായ്
മായാവിയായ് ദ്വാരകയിൽ ചെന്നാക്രമിച്ചു

77. ദ്യുമാനെപ്രദ്യുമ്നൻകൊന്നു കുരുപുരത്തിങ്കൽനിന്നു
ഹരിവന്നു ശ്രീകൃഷ്ണന്റെ മുൻപിലായപ്പോൾ
മായകൊണ്ടു ശൗരിയുടെശിരസ്സുണ്ടാക്കികൊണ്ടുചെ-
ന്നായതുകാണിച്ചുപരിഭ്രമമുണ്ടാക്കി
സർവ്വരും പരിഭ്രമിച്ചു സർവ്വജ്ഞനാകുംഭഗവാൻ
സൗഭന്റെ ശിരസ്സുതന്നെയരിഞ്ഞുവീഴ്ത്തി.

78. നേരേ പാഞ്ഞടുത്തുവന്നദന്തവക്ത്രനേയുംകൃഷ്ണൻ
നേരിട്ടു ഗദാഘാതത്താലുടൻ വധിച്ചു
പാണ്ഡവരും കൗരവരും തമ്മിലുണ്ടാമൊരുയുദ്ധം
എന്നുകേട്ടുബലരാമൻ തീർത്ഥയാത്രയ്ക്കായ്
പുറപ്പെട്ടുതീർത്ഥങ്ങളിൽ സ്നാനം ചെയ്തുനൈമിഷത്തിൽ
ലോമഹർഷണൻ ബഹുമാനിക്കാത്തതിനാൽ

79. ശിരസ്സുപുൽക്കൊടിയാലെയറുത്തിട്ടു കൊന്നെങ്കിലും
മഹർഷിമാർപറകയാൽ മകനെത്തന്നെ
അവരോധിച്ചുസൂതനായ് പലതീർത്ഥങ്ങളിൽവീണ്ടും
അവഗാഹം ചെയ്തു കുരുക്ഷേത്രത്തിലെത്തി
ഭീമദുര്യോധനന്മാരെ പിൻതിരിപ്പിക്കുവാൻ നോക്കി
പിൻതിരിഞ്ഞുസ്വയം നൈമിഷത്തിലേക്കെത്തി
മുനിജനങ്ങൾക്കുവേദജ്ഞാനോപദേശങ്ങൾ നൽകി
മുനിമാരൊത്തവിടത്തിലധിവസിച്ചു

കുചേലവൃത്തം

80. അത്യന്തംദരിദ്രനെങ്കിലും ധനാദികളിലൊട്ടും
ആസക്തിയില്ലാതെയൊരു പരമഭക്തൻ
കൃഷ്ണന്റെ സുഹൃത്തുമാണതിനാൽ പത്നി പ്രേരിപ്പിച്ചു
വിപ്രനൊരിക്കൽ കൈയിലവൽപൊതിയുമായ്
ദ്വാരകയിലേയ്ക്ക് വന്നൂ സതീർത്ഥ്യനെക്കണ്ടുകൃഷ്ണൻ
താഴെവന്നു ഗുരുവിനെപ്പോലെതിരേറ്റു
കൈ പിടിച്ചുകൊണ്ടുപോയിപ്പള്ളിമഞ്ചത്തിലിരുത്തി
കൈമെയ് മറന്നോർമ്മകളിലവർ മുഴുകി.

81. ഇഷ്ടപ്പെട്ടതും ലജ്ജയാൽ വിപ്രൻ കൊടുക്കാത്തതുമാ-
മപ്പൊതിപിടിച്ചുവാങ്ങിയത്യാർത്തിയോടെ
കൃഷ്ണനൊരുപിടിവാരിത്തിന്നത്യന്തം തൃപ്തനായി
പിറ്റേന്നാസുഹൃത്തുസ്വന്തംഗൃഹത്തിലെത്തി
ഐശ്വര്യപൂർണ്ണമായ്ത്തന്റെ ഗൃഹമെന്നുംതന്റെ പത്നി
സംതൃപ്തയാണെന്നും കണ്ടുസന്തുഷ്ടനായി
എല്ലാം കൃഷ്ണലീലയെന്നു കണ്ടറിഞ്ഞുരണ്ടുപേരും
പണ്ടെപ്പോലെ ഭക്തിയോടെ സസുഖംവാണു

82. സൂര്യഗ്രഹണകാലത്തുസമന്തപഞ്ചകമഹാ-
തീർത്ഥങ്ങളിൽ നീരാടുവാൻ ഒത്തുചേർന്നപ്പോൾ
ഗോപന്മാരും വൃഷ്ണികളും ഭീഷ്മർ മുതലായവരും
ഒരിടത്തായൊന്നുകൂടിയോർമ്മപങ്കിട്ടു
ഗോപികമാർശ്രീകൃഷ്ണനെ പ്രണമിച്ചു, കൃഷ്ണൻതന്റെ
മാതാപിതാക്കളാം നന്ദദമ്പതിമാരെ
മകനെവാരിപ്പുണർന്നുമാതാപിതാക്കളും പിന്നെ
പരസ്പരം സ്മരണകളവർ പങ്കിട്ടു

83. പാണ്ഡവർക്കു സന്തോഷമായ് പാഞ്ചാലി ചോദിക്കകൊണ്ടു
കൃഷ്ണപ്രേയസിമാർ സ്വന്തം വിവാഹത്തിന്റെ
കഥകൾ ലജ്ജവിട്ടോതിയൊടുവിലവരെല്ലാരും
ഒരുപോലെ പറഞ്ഞിതുപല്ലവിപോലെ
സാമ്രാജ്യാദികളിൽക്കൊതി ഞങ്ങൾക്കില്ല ഭഗവാന്റെ
ദാസിമാരായിരിക്കുന്ന ഭാഗ്യമേവേണ്ടൂ
ഭഗവാന്റെ മന്ദിരത്തെ ശുചീകരിച്ചിടുന്നതും
ഭഗവത്പാദസേവയും ഞങ്ങൾക്കുകാമ്യം

84. സന്ദർശിക്കാനെത്തിച്ചേർന്ന മഹർഷിമാരെബ്ഭഗവാൻ
ബന്ധുക്കളോടൊത്തുചെന്നു നമസ്കരിച്ചു
യോഗികൾ സ്തുതിച്ചു, വസുദേവർ നാരദൻ പറഞ്ഞ
പോലെയൊരുയാഗം ചെയ്തു മാതാപിതാക്കൾ
വസുദേവർ നന്ദനെയും, ദേവകിയശോദയെയും
ആലിംഗനം ചെയ്തുകൊണ്ടുയാത്രചോദിച്ചു.

85. ബ്രഹ്മാവിന്റെയാറുമക്കൾ പിതാവിന്റെ കോപത്താലേ
അസുരരായൊരുജന്മമടുത്തജന്മം
വസുദേവപുത്രന്മാരായ് കംസനാലേ കൊല്ലപ്പെട്ടു
സുതലത്തിലെത്തിച്ചേർന്നുകൃഷ്ണനവരെ
കൊണ്ടുവന്നിട്ടമ്മയുടെ മുന്നിലെത്തിച്ചപ്പോഴമ്മ
മടിയിലിരുത്തിക്കൊണ്ടുമുലകൊടുത്തു
അനുജൻ കുടിച്ചതിന്റെ ബാക്കിയായമുലപ്പാൽ തൻ
അഗ്രജന്മാർ കുടിച്ചൊരിക്കഥയാശ്ചര്യം

86. ശ്രീകൃഷ്ണന്റെ സഹജയെ സന്ന്യാസിവേഷത്തിൽവന്ന
പാർത്ഥൻ തട്ടിക്കൊണ്ടുപോയിപരിണയിച്ചു
മിഥിലന്റെ ഗൃഹത്തിലും സുദേവന്റെ ഗൃഹത്തിലും
ഒരേസമയത്തുതന്നെ അനുഗ്രഹിച്ചു
അവരുടെ പൂജകളും സ്തുതികളും സ്വീകരിച്ചു
കർമ്മമാർഗ്ഗവും മുക്തിയും നൽകീ ഭഗവാൻ

87. സുതന്മാരാൽ പ്രഭാതത്തിൽരാജാവെന്നവണ്ണംഹരി
ലോകാരംഭസമയത്തുസ്തുതിക്കപ്പെട്ടു
വേദങ്ങളാണസ്തുതികൾ പാഠങ്ങളും പഠിതാവും
ഏകമാർഗ്ഗം ധ്യാനമാണു മുക്തിക്കെന്നെന്നും

88. സത്വരജസ്തമസ്സുകൾക്കതീതമാം സത്യത്തെയോ
വിഷ്ണുവിനെയോ ഭജിച്ചാൽ മുക്തനായിടാം
ഗുണാവതാരങ്ങളാകും മൂർത്തികളെ ഭജിച്ചെന്നാൽ
ഇപ്രകാരം മുക്തികിട്ടാൻഞെരുക്കമത്രേ
ശിരസ്സിൽ കൈ തൊട്ടാൽ മൃത്യു ഭവിക്കേണമെന്നവരം
ശിവനോടു മേടിച്ച വൃകാസുരനുടെ
കഥയാണുദാഹരണമതിനാൽ വിഷ്ണുവിൻ രൂപം
മനസ്സിൽ ധ്യാനിച്ചാൽ ഭക്തി ഗുണാതീതമാം.

89. ബ്രഹ്മാവും ശിവനും രജസ്തമോഗുണങ്ങളുള്ളവർ
എന്ന സത്യം പരീക്ഷിച്ചു ഭൃഗുവറിഞ്ഞു

വിപ്രകുമാരനെ രക്ഷിച്ചെടുക്കാമെന്നുള്ള സത്യം
അർജ്ജുനന്നു നിറവേറ്റാൻ കഴിഞ്ഞില്ലല്ലോ
വിഷ്ണുവിന്റെ കാരുണ്യത്താൽ സത്യം പാലിക്കാൻ കഴിഞ്ഞു
ജിഷ്ണുതന്നെ സുരക്ഷിതനാകയും ചെയ്തു.

90. പൂർണ്ണബ്രഹ്മമാണജിതൻ ബ്രഹ്മാവും ശിവനും മറ്റും
പ്രാർത്ഥിക്കയാൽ വസുദേവനന്ദനനായി
ദ്വാരകയിൽ വിളങ്ങിയ ഭഗവാന്റെ നാമങ്ങളെ
പാടുകയോ, കഥാതീർത്ഥസ്നാനം ചെയ്കയോ
കർമ്മങ്ങളെബ്ഭഗവാങ്കലർപ്പിക്കയോചെയ്തിടുന്ന
ജന്മംകൊണ്ടു മർത്ത്യൻ മോക്ഷം പ്രാപിച്ചിടുന്നു.
നാരായണ നാരായണ നാരായണ നാരായണ
നാരായണ നാരായണ രാധാഗോവിന്ദ

സ്കന്ധം 11

1. യാദവന്മാർ ഋഷിമാരെപ്പരിഹസിച്ചതുകൊണ്ടു
ശാപംനേടിസാംബനുടെ വയറ്റിൽനിന്നും
ആയസമാമുലക്കയുണ്ടായതുരാകിപ്പൊടിച്ചു
സാഗരത്തിൽക്കൊണ്ടുചെന്നു കലക്കിവിട്ടു
ഇക്കഥകളൊന്നുമാരും കൃഷ്ണനോടു പറഞ്ഞതി-
ല്ലത്തരികൾ തിരകളിൽത്തീരത്തു വന്നു
അവിടെമുളച്ചുപൊങ്ങി യദുക്കൾതൻനാശത്തിന്നു
വഴിയൊരുക്കുവാനുള്ള ചെടിയായ്ത്തീർന്നു.

2. ഏതെല്ലാം ധർമ്മളാണുപരഗതിപ്രാപിക്കുവാൻ
വേണ്ടതെന്നു വസുദേവൻ നാരദനോടു
ആരാഞ്ഞതിനുത്തരമായ് നാരദൻ പറഞ്ഞു നവ
യോഗികളൊരിക്കൽ നിമിസത്രശാലയിൽ
പറഞ്ഞിട്ടുണ്ടിച്ചോദ്യങ്ങൾക്കുള്ള മറുപടിയതു
ചുരുക്കിപ്പറയാമിപ്പോഴങ്ങേക്കായി ഞാൻ
എന്നമുഖവുരയോടെവിവരിച്ചു ഹരിയുടെ
ധന്യകഥകളെക്കേട്ടും പാദം ധ്യാനിച്ചും
പാടിക്കൊണ്ടും മനസ്സിലതല്ലാതെമറ്റൊന്നുംതന്നെ
പാടില്ലെന്നുറയ്ക്കും മർത്യൻ നിർഭയനാകും

3. പ്രാകൃതന്മാർ മധ്യമന്മാർ ഉത്തമന്മാരെന്നിങ്ങനെ
മൂന്നുതരത്തിലാകുന്നുഭക്തന്മാർപാരിൽ
പരനിന്ദയേതുമില്ലാതൊന്നിലും കൊതിയില്ലാതെ
പരബ്രഹ്മത്തെത്തൻ ഗുരുപറയുംപോലെ

ആരെയും നിന്ദിക്കാതെയും ഭാഗവതകർമ്മങ്ങളെ
ആചരിച്ചുകൊണ്ടും നമ്മൾ ജീവിച്ചിടേണം

4. രൂപം തനിക്കില്ലെങ്കിലും ആവശ്യങ്ങൾനിറവേറ്റാൻ
രൂപമേതും സ്വീകരിക്കും ഹരിയൊരിക്കൽ
നാരായണനെന്നും നരനെന്നും രണ്ടുപേരായ്ധർമ്മ-
ദേവനുടെനന്ദനന്മാർ വന്നുപിറന്നു
കാമക്രോധാദികളെസ്വയം ജയിച്ചും ദേഹത്തിലെ
കാമിനിമാരെക്കൊണ്ടാരെയും മോഹിപ്പിച്ചും
പരഗതിയവർക്കൊക്കെ നൽകി വിശാലയിലെത്തി
യവരിപ്പോഴും വാഴുന്നു കൃതാർത്ഥരായി

5. രാമാകൃഷ്ണാ എന്നിവണ്ണംപാടുന്നവർ സംതൃപ്തിയെ
പ്രാപിച്ചിടുംപോലെ കാമ്യകർമ്മങ്ങളേറെ
ചെയ്താലും ഹരിഭക്തിയില്ലാതെ ഭക്തനിന്ദചെയ്താൽ
പാപഭാരംകൊണ്ടൊടുവിൽ തളർന്നുപോകും
ദ്രാവിഡദേശത്തിൽക്കലിയുഗത്തിൽ ഭക്തന്മാരേറെ
ക്കാണാമങ്ങുമനസ്സിനെക്കൃഷ്ണനിലാക്കൂ
സർവ്വേശ്വരനായ് മകനെത്തന്നെ കാണുകയേവേണ്ടൂ
സർവ്വബന്ധനങ്ങളിൽനിന്നും മുക്തനാകാം

6. ദേവന്മാരാൽ വാഴ്ത്തപ്പെട്ട യശസ്സോടെദേവദേവൻ
യാദവന്മാരോടുചൊന്നുമുനിശാപത്തിൽ
നിന്നുരക്ഷനേടുവാനായ് പ്രഭാസതീർത്ഥത്തിൽ ചെന്നു
നമ്മൾ ചെയ്കവേണം പരിഹാരക്രിയകൾ
അവരൊക്കെപ്പുറപ്പെട്ടു, ശരണാഗതനുദ്ധവൻ
സവിനയം ചോദിച്ചപ്പോൾ ഹരി പറഞ്ഞു

7. ദ്വാരകയും യാദവരുമേറെ വൈകാതെ നശിക്കും
ഭൂമിയിൽ സഞ്ചരിക്കെന്നെയോർത്തുകൊണ്ടുനീ
മായാമയമാണിദൃശ്യപ്രപഞ്ചമെന്നറിയണം
യദുമഹാരാജനവധൂതനിൽനിന്നു

അറിഞ്ഞതുപോലെ പ്രകൃതിയെക്കണ്ടുപഠിക്കണം
അറിവുകൾ തന്നെ വേണം വഴികാട്ടുവാൻ

8. ആഴിപോലെയപാരവും ഗംഭീരവും പൂർണ്ണവുമാ-
യാവശ്യങ്ങൾപെരുമ്പാമ്പിനെപ്പോൽക്കുറച്ചും
മത്സ്യമെന്നപോൽച്ചൂണ്ടയിൽക്കൊത്തിമരിച്ചിടാതെയും
കാമംകൊതിച്ചാനപോലെ ബദ്ധനാവാതെ
പിങ്ഗളയെപ്പോലെ നിസ്സംഗതവരേണമെങ്കിലോ
സുഖംകിട്ടും മോക്ഷവും സുസാധ്യമായിടും

9. കുപ്പിവളയൊന്നുമാത്രം കിലുങ്ങാതെ കിടന്നപോൽ
നിശ്ശബ്ദനായ് ബാലനെപ്പോൽ നിശ്ചിന്തനായും
അമ്പുണ്ടാക്കും കൊല്ലനെപ്പോൽ മറ്റൊന്നിലും നോക്കാതെയും
ബ്രഹ്മോത്ഭിന്നമാം പ്രപഞ്ചം ബ്രഹ്മത്തിലേക്ക്
ചിലന്തിവലപോൽ വന്നിടത്തേക്കെത്തുമെന്നറിഞ്ഞും
വർത്തിക്കേണംപരമപദത്തിലെത്തുവാൻ

10. കർമ്മങ്ങളെയുപേക്ഷിച്ചെന്നിൽ മനസ്സു വെച്ചുകൊണ്ടും
യമാദികളോടെ ഗുരൂപാസന ചെയ്യൂ
മമതയൊന്നിലുമില്ലാതാരോടും മത്സരമില്ലാ-
താകണം കർമ്മങ്ങൾ നമ്മൾ ചെയ്‌വതെപ്പോഴും
അഗ്നിവിറകല്ലതിൽ നിന്നേറെബ്ഭിന്നമതുപോലെ
ഭിന്നം ദേഹത്തിൽനിന്നാത്മാവെന്നറിയണം
പുണ്യംകൊണ്ടുനേടും ലോകം നശ്വരമാണെന്നുള്ളതും
സ്വദൃക്കാണാത്മാവെന്നതുമറിഞ്ഞിടേണം

11. ജീവനു ബന്ധവും മോക്ഷവുംയഥാർത്ഥത്തിലില്ല, ഞാൻ
ചെയ്യുന്നുഎന്നുംമറ്റും കരുതുന്നു ബദ്ധൻ
മുക്തൻ ഇവിടെച്ചെയ്യുന്നതെല്ലാം പ്രകൃതിയെന്നുള്ള
വിജ്ഞാനമുള്ളവൻമാത്രം, കർത്താവല്ല ഞാൻ
ദുഃഖവും സുഖവുമെനിക്കല്ലാപ്രകൃതിക്കുതന്നെ
യൊക്കെയും വരുന്നവഴിവന്നുപൊയ്ക്കൊള്ളും.

12. യജ്ഞാദികൾകൊണ്ടജിതനാകുമെന്നെപ്രാപിക്കുവാ-
നൊക്കുകയില്ല സജ്ജനസംഗത്താൽ പ്രാപ്യൻ
രജസ്തമോഗുണങ്ങളൊട്ടേറെയുള്ള മനുഷ്യരും
അസുരന്മാരും സജ്ജനസംഗംകൊണ്ടെന്നെ
പ്രാപിക്കുന്നു പഠിക്കാത്ത ഗോപസ്ത്രീകൾക്കെന്നെ കിട്ടി
പ്രാപഞ്ചിക ഭീതി വിട്ടു വിദ്വാനാകുക.

13. സത്വരജസ്തമസ്സുകളാത്മാവിന്റെഗുണമല്ല
ബുദ്ധിയുടെ സൃഷ്ടിയാണു സാത്വികത്തിനെ
ബുദ്ധികൊണ്ടു വർദ്ധിപ്പിച്ചു മറ്റുരണ്ടും നശിപ്പിക്കാം
സാത്വികത്തെയും വിടണന്തിമമായി
അരയന്നംപാലെടുത്തുവെള്ളമൊഴിവാക്കുംപോലെ
യെന്നുഹംസാവതാരത്തിൽ പഠിപ്പിച്ചുഞാൻ

14. ഭഗവത്ക്കഥകൾകേട്ടും മംഗളങ്ങൾ പാടിക്കൊണ്ടും
മനസ്സുശുദ്ധമാക്കേണം ഭക്തനെപ്പോഴും
മോക്ഷംപോലും ചോദിക്കാതെയന്നെ മേഘവർണ്ണനായും
ശുഭാഗംനായും വാഴ്ത്തിക്കൊണ്ടേകാന്തതയിൽ
ഈവണ്ണമിരിക്കുകനീ ഭക്തനല്ലാതാർക്കുമെന്നെ
പ്രാപിക്കുവാനാവില്ലെന്നും അറിയാമല്ലോ.

15. മനസ്സെന്നിലുറപ്പിച്ചു പ്രാണനിരോധം ചെയ്യുന്ന
മുനിക്കുണ്ടാമണിമാദിസിദ്ധികളൊക്കെ
അണിമാദിയെട്ടുമെന്നിൽത്തന്നെയുള്ളവയാം പിന്നെ
സ്വഛന്ദമൃത്യുവും മറ്റും സത്വോത്കർഷങ്ങൾ
ഇവയിലൊന്നും ഭ്രമിക്കാതിരിക്കണം ഭക്തിയുടെ
വഴിയിൽത്തന്നെ മുന്നേറേണം മത്പരന്മാർ

16. ലോകങ്ങളുടെ സ്രഷ്ടാവും രക്ഷിതാവും സംഹർത്താവും
ഞാനാകുന്നു ഞാനല്ലാതെയില്ലമറ്റൊന്നും
ഭക്തന്മാരിലുദ്ധവൻ ഞാൻ യുഗങ്ങളിൽ കൃത-യുഗം
കൃഷ്ണദ്വൈപായനാണു വ്യാസന്മാരിൽ ഞാൻ

ഈവിധമെൻ മഹാവിഭൂതികളെ സ്മരിച്ചുകൊണ്ടു
വേണമെല്ലാം ജയിച്ചു സന്യാസിയാകുവാൻ

17. ആദിയുഗത്തിൽ വർണ്ണാശ്രമഭേദങ്ങളില്ലാമർത്ത്യ
രാകമാനം ഭക്തന്മാരും നിസ്വാർത്ഥന്മാരും
ത്രേതായുഗത്തിലാണവഗുണകർമ്മഭേദങ്ങളെ
യാദരിക്കാനടിസ്ഥാനമായിക്കൈക്കൊണ്ടു
ബ്രാഹ്മണക്ഷേത്രിയഭേദം ബ്രഹ്മചര്യാദിയും കൃത്യ-
മാചാരവിചാരഭേദാധിഷ്ഠിതങ്ങളാം

18. നിസ്സംഗനും നിർമ്മലനും സമദർശിലബ്ധതൃപ്തൻ-
ഷഡ്വർഗ്ഗങ്ങളെ ജയിച്ച സംയമശീലൻ
ഇപ്രകാരം ഗ്രാമത്തിലോ നഗരത്തിലോ കാട്ടിലോ
ഇപ്രപഞ്ചമൊക്കെയൊന്നെന്നറിവോടെ നീ
ഭക്തനായിരിക്കചിത്തതാരിലെന്നെ മാത്രം സ്മരി
ച്ചുത്തമനായ് ഒടുവിലെന്നെപ്രാപിക്കണം.

19. ഞാനാണുസഖാവും ഗുരുവും ബന്ധുവുമെന്നറിഞ്ഞു
ഗുണദോഷങ്ങളിൽ ദൃഷ്ടിയുപേക്ഷിക്കണം
ജ്ഞാനം പ്രകാശിക്കാൻ തക്കവണ്ണം ഹൃദയത്തെശുദ്ധീ
കരിക്കേണം മൺകുടത്തിൽ മണ്ണെന്നവണ്ണം
ശാസ്ത്രദൃഷ്ട്യാ കണ്ടറിഞ്ഞു ശമംദമംത്യാഗം ശൗചം
ഈ വകയാൽ ഭക്തിയെസ്സംവർദ്ധിപ്പിക്കേണം

20. ആത്യന്തികമായുള്ളതുഗുണവും ദോഷവുമല്ല
ജ്ഞാനം കർമ്മം ഭക്തിയെന്നീമൂന്നുമാർഗ്ഗങ്ങൾ
വിത്തം പുത്രൻപത്നിയെന്നിവയിൽ തത്പരനാണെങ്കിൽ
കർമ്മങ്ങളെന്നിൽ സമർപ്പിച്ചർച്ചിക്കനല്ലൂ
ജ്ഞാനയോഗം വിരക്തിയെല്ലാവിഷയത്തിലുംവന്ന
ചേതസ്സുള്ളവർക്കുമാത്രം ചേരുന്ന മാർഗ്ഗം
വിഷയങ്ങളിലല്പാല്പം കൊതിയുണ്ടതിനോടൊപ്പം
മതിയിൽ ഞാനുമുള്ളോർക്കു ഭക്തിയുത്തമം

സാരാംശത്തിൽ ത്രിമാർഗ്ഗങ്ങളിവയാണുപലമട്ടിൽ
പാഠാന്തരങ്ങൾ പറഞ്ഞുകേൾക്കുന്നതെല്ലാം

21. ഏതുമാർഗ്ഗത്തിലുമെന്നെ ഭജിക്കുകെന്നതേമുഖ്യം
വേദങ്ങളിലർത്ഥവാദചർച്ചകളേറും
പരോക്ഷവാദികൾ മുനിജനങ്ങൾ,എന്നേയോർക്കുമ്പോൾ
മനം തെളിയും, സംഗത്താൽ കാമം കാമത്താൽ
ക്രോധം ക്രോധത്തിനാൽ ബുദ്ധി നാശവും സംഭവിച്ചീടാം
നിസ്സംഗതയാണു സർവ്വക്ഷേമദായകം

22. തത്ത്വങ്ങളെത്രയെന്നു പലതരത്തിൽ പറയപ്പെ
ട്ടിട്ടുണ്ടവയെല്ലാം ശരി ഋഷിപ്രോക്തങ്ങൾ
പ്രകൃതിയെയാശ്രയിക്കും പ്രകാരത്താലെണ്ണഭേദം
വിദ്വാന്മാർ പറഞ്ഞതെല്ലാം ശോഭനംതന്നെ
ദേഹാദികളിൽനിന്നെല്ലാം ഭിന്നനായ ജീവൻബ്രഹ്മം
ആണതുനിത്യൻ പ്രബുദ്ധൻ പ്രകൃതിഭിന്നൻ

ഭിക്ഷുഗീത

23. ദുഃഖവും സുഖവും മനസ്സിന്റെ തോന്നലൊന്നുമാത്രം
ഒക്കെയ്ക്കും കാരണമീ മനസ്സുതാനല്ലോ
കാലമല്ല കർമ്മമല്ല ഗ്രഹങ്ങളുമല്ലേയല്ല
മനസ്സുനിയന്ത്രിക്കുന്നവർക്കില്ലതൊന്നും
കഷ്ടപ്പെട്ടുണ്ടാക്കിയ തൻ ധനങ്ങളൊക്കെയും തന്നെ
നഷ്ടപ്പെട്ട ഭിക്ഷുവിന്റെ ഗീതയിങ്ങനെ

24. ആദിയിൽ സത്യവസ്തുവായൊന്നുണ്ടായിരുന്നു ബ്രഹ്മം
ആയതുരണ്ടായ് പുരുഷൻപ്രകൃതിയെന്നും
പ്രകൃതിതൻ പരിണാമമാണു നാം കാണും പ്രപഞ്ചം
ബ്രഹ്മത്തിലതു ലയിക്കുന്നതു പ്രളയം
ഇല്ല പുരുഷനു പരിണാമമൊന്നുമില്ലേയില്ല
യിപ്രപഞ്ചമതുകൊണ്ടുബ്രഹ്മമൊന്നുതാൻ

25. ഇപ്രപഞ്ചം സത്വരജസ്തമോഗുണാത്മകമാണു
സത്വാധിക്യകാലത്താണു മരണമെങ്കിൽ

സ്വർഗ്ഗം, രജസ്സുച്ചമാകുംകാലത്തെങ്കിൽ പുനർജ്ജന്മം
തമസ്സേറും കാലത്തിങ്കൽനരകവുമാം
അഹങ്കാരം അസത്യമിതൊക്കെത്തന്നെയൊഴിവാക്കി
നിർഗ്ഗുണനുമേകനുമാമെന്നബ്ഭജിച്ചാൽ
ജനിച്ചും മരിച്ചും ദുഃഖം സഹിച്ചും പല ജന്മങ്ങൾ
എടുക്കേണ്ട മുക്തിയെന്ന ഭാഗ്യം ലഭിക്കും

26. ദുസ്സംഗത്തിൽ നിന്നുപലതരം ചിത്തദോഷമുണ്ടാം
ഉർവ്വശി വിഷയത്താലന്നൈളനെപ്പോലെ
ഭക്തികൊണ്ടതു നശിപ്പിച്ചിടാം രക്ഷനേടാമൈളൻ
ബുദ്ധിപൂർവ്വം വെടിഞ്ഞുഭോഗാഭിലാഷങ്ങൾ
അപ്പോലെന്നിൽത്തന്നെ മനസ്സുറപ്പിച്ചു ഭക്തനായി
യോഗിവര്യനായിത്തീരുമീസത്സംഗത്താൽ

27. ഏതെങ്കിലുമൊരിടത്തോ വസ്തുവിലോ ചിത്തത്തിലോ
ആവാഹിക്കാമെന്നെപ്പിന്നെയതിനു മുൻപിൽ
കാതിനിമ്പം നൽകിടുന്ന കീർത്തനങ്ങൾ കഥകളോ
കേട്ടും പുഷ്പാദികൾകൊണ്ടും പൂജകൾ ചെയ്യാം
പ്രദക്ഷിണങ്ങളോ പ്രണാമങ്ങളോ സമർപ്പിച്ചിടാം
സ്ത്രീശുദ്രാദികൾക്കുമാകാമിക്കർമ്മമാർഗ്ഗം

28. ആത്മാവിനാലാവരണം ചെയ്യപ്പെട്ടതാണുവിശ്വം
സൃഷ്ടിസ്ഥിതിസംഹാരങ്ങളുണ്ടാമെങ്കിലും
ഈ ജഗത്താപ്രഭുതന്നെ, പ്രഭുവിൽനിന്നന്യമായി-
ട്ടൊന്നുമില്ലസമുദ്രത്തിൽത്തിരമാലപോൽ
കാണുന്നതും പ്രഭുതന്നെ യോഗികളിവ്വിധംകാണ്മൂ
ആ നിലയനുവർത്തിക്കാനങ്ങേയ്ക്കാകട്ടെ

29. ഇപ്പറഞ്ഞയോഗീശ്വരചര്യദുശ്ചരമാണെങ്കിൽ
എൻ ചരിതങ്ങൾ കീർത്തിക്കൂ നാമങ്ങൾപാടൂ
ഭക്തിപൂർവ്വമെന്നെത്തന്നെവീണ്ടുംവീണ്ടും സ്മരിക്കുക
ഇപ്രകാരം ബദരിയിലേക്കു ചെല്ലുക

അങ്ങേക്കു മുക്തിലഭിക്കുമെന്നുചൊല്ലി വിട നൽകി
യുദ്ധവന്നു തൃപ്പാദുകങ്ങളെക്കൊടുത്തു
ഉദ്ധവൻതൻ ഗുരുവിനെ പ്രണമിച്ചു തന്റെ ഭക്തി
വർദ്ധിക്കുവാനപേക്ഷിച്ചു തൃപ്പാദുകങ്ങൾ
ശിരസ്സിലെഴുന്നള്ളിച്ചുകൊണ്ടുബദരിയിൽച്ചെന്നു
അവിളംബംമുക്തിനേടിത്തൃക്കാല്ക്കലെത്തി

30. പാപമെല്ലാം തീർത്ഥസ്നാനംകൊണ്ടുതീർന്നുവെന്നുറച്ചു
മത്തന്മാരായ് മദ്യസേവകൊണ്ടുയാദവർ
ആയുധങ്ങൾകൊണ്ടുമേരകപല്ലുകൾകൊണ്ടും തമ്മിൽ
ഘോരയുദ്ധം ചെയ്തു ശാപാൽ വീണു മരിച്ചു
രാമൻസ്വധാമത്തിലേക്ക് മടങ്ങി കൃഷ്ണനമ്പെയ്തു
പാദം പിളർന്ന ജരയ്ക്കമുക്തിയും നൽകി.

31. വന്ദിക്കുവാനാകാശത്തിലെത്തിച്ചേർന്ന ദേവന്മാർക്കു
സമ്മാനിച്ചുതൃക്കടാക്ഷം മനുഷ്യദേഹം
കർപ്പൂമലിയുംപോലെ കാണാനില്ലാതാക്കി മർത്ത്യ
വിഗ്രഹമെടുത്ത നാട്യം വെടിഞ്ഞു കൃഷ്ണൻ
പുഷ്പവൃഷ്ടി ചെയ്തു ദേവവൃന്ദംദേവദേവനാകും
കൃഷ്ണന്റെ കഥകൾ കേട്ടാൽ മുക്തരാകും നാം.
നാരായണ നാരായണ നാരായണ നാരായണ
നാരായണ നാരായണ രാധേ ഗോവിന്ദ

സ്കന്ധം 12

1. കലിയുഗമാരംഭിച്ചു കൃഷ്ണൻ പൊയ്പ്പോയപ്പോൾതന്നെ
ദുർബ്ബലന്മാർ മുടിചൂടും കലിയുഗത്തിൽ
ശൂദ്രസുതനായനന്ദൻ ക്ഷത്രിയരെനിഹനിക്കും
ശൂദ്രാദികളാകും പിന്നെ ധരണീപാലർ
അവർ പരസ്ത്രീയെയും പരധനത്തെയും കവരും
നിഹനിക്കും ബാലന്മാരെ നാരികളെയും

കൽക്കി

2. സമ്പത്തിനെയാശ്രയിച്ചു നിശ്ചയിക്കുമീയുഗത്തിൽ
ജന്മമഹത്വാദികളാം ഗുണോത്ക്കർഷങ്ങൾ
ധർമ്മശീലം ദയാശീലം ന്യായബോധം ക്ഷമാശക്തി
യെന്നിതൊന്നും ഭരിക്കുന്നവർക്കുകാണില്ല
മോഷണവും കവർച്ചയും സർവ്വസാധാരണമാകും
സർവ്വജീവികൾക്കും ക്ലേശമസഹ്യമാകും
കല്ക്കിയായവതരിച്ചു ദുഷ്ടന്മാരെക്കൊന്നൊടുക്കി
ഹരിതന്നെ കൃതയുഗംപുനഃസ്ഥാപിക്കും

3. ഭൂമിയെക്കീഴടക്കുവാൻ രാജാക്കന്മാരെത്രയോപേർ
സഹോദരന്മാരെക്കൊന്നു സഖാക്കളേയും
ക്രമത്തിലവർതന്നെയും മരിച്ചുപോകുന്നു കഷ്ടം
ബുദ്ധിമാന്മാർ പരഗതി പ്രാപിച്ചിടുവാൻ
ധ്യാനിച്ചു കൃതയുഗത്തിൽ, യജിച്ചും ത്രേതായുഗത്തിൽ
പൂജചെയതും ദ്വാപരത്തിൽ വിഷ്ണുപാദങ്ങൾ
നാമോച്ചാരണങ്ങൾകൊണ്ടു കലിയുഗത്തിലും ഭക്ത്യാ-
പ്രാപിക്കേണമൊരുനാളും സംഭ്രമിക്കേണ്ട.

4. യുഗംനാലും ചേർന്നതൊരുചതുര്യുഗമതായിരം
ചേരുന്നതുകല്പം ബ്രഹ്മാവിന്നൊരുപകൽ

പിന്നെരാത്രിബ്രഹ്മാവിന്നു പ്രളയകാലമാണതും
പകലുപോലൊരായിരം ചതുര്യുഗങ്ങൾ
കാരണത്തിൽച്ചെന്നു കാര്യം ലയിക്കുന്നതുപ്രലയം
കാണുന്നു കുറെക്കാലം നാം രണ്ടും രണ്ടായി
സൃഷ്ടിയെന്നതീശ്വരന്റെ ലീലാവിലാസങ്ങൾമാത്രം
മജ്ജനം ചെയ്യണം നമ്മളതിൽസരസം

ബ്രഹ്മതത്ത്വോപദേശം

5. തക്ഷകനെ ഭയപ്പെടേണ്ടങ്ങു ജനിച്ചിട്ടേയില്ല
മൃത്യുവങ്ങേയ്ക്കുണ്ടാകുന്നതെങ്ങനെപിന്നെ
ജനിച്ചതുമാറിക്കൊണ്ടേയിരിക്കുന്ന ദേഹംമാത്രം
ദേഹത്തിന്റെ നാശവുമൊരുപരിണാമം
നിത്യനുമനശ്വരനും സത്യനുമെങ്ങും നിറഞ്ഞ
ശക്തനുമാണല്ലൊ പ്രഭുവായ ശ്രീകൃഷ്ണൻ
ജനനമരണരഹിതമായുള്ള ബ്രഹ്മം ഞാനെ
ന്നതുധരിക്കുക സർവ്വമംഗളങ്ങളും
ഭവാനുണ്ടാകട്ടെ ഭഗവാനെത്തന്നെധ്യാനിക്കുക
ഹരേ മുകുന്ദഗോവിന്ദ രാധേ ഗോവിന്ദ
നാരായണ നാരായണ നാരായണ നാരായണ
നാരായണ നാരായണ രാധേഗോവിന്ദ

6. സിദ്ധനുമായനുഗൃഹീതനുമായ്ഞാനെന്നുഭൂപൻ
മഹർഷിയെ വീണ്ടും വീണ്ടും നമസ്കരിച്ചു
മനസ്സുപരമാത്മാവിൽ ലയിപ്പിച്ചു തക്ഷകന്റെ
കടിയേറ്റുദേഹം ഭസ്മമായിട്ടും തീർന്നു
സർപ്പങ്ങളദ്ദേഹത്തിന്റെ പുത്രൻ നടത്തിയ സർപ്പ-
സത്രാഗ്നിയിൽ ദഹിച്ചപ്പോൾ ദേവദേശികൻ
ഉണർത്തിയതത്വചിന്താപരമാം തിരിച്ചറിവിൽ
സർപ്പസത്രം തുടരാതെ ശാന്തനായ് മന്നൻ

7. ധാതാവിന്റെമുഖത്തുനിന്നാവിർഭവിച്ച വേദങ്ങൾ
നാലായ് വിഭജിച്ചുവ്യാസൻ ശിഷ്യർക്കുനൽകി
വേദസാരങ്ങളാംപുരാണങ്ങളും വ്യാസൻ രചിച്ചു
ലോമഹർഷണനെന്നച്ഛൻ നേടിയതെല്ലാം
സൂതൻ പറഞ്ഞു സർഗ്ഗാദിലക്ഷണങ്ങളോടെയവ
ബ്രഹ്മത്തെക്കുറിച്ചുതന്നെപഠിപ്പിക്കുന്നു.

മാർക്കണ്ഡേയചരിതം

8. ആറുമന്വന്തരക്കാലം പുഷ്പഭദ്രാനദിയുടെ
തീരത്തുതന്നാശ്രമത്തിൽ ശ്രീമാർക്കണ്ഡേയൻ
മോഹിനിമാരുടെ പ്രലോഭനങ്ങളിലിളകാതെ
ശ്രീഹരിയെ ഭജിക്കുന്ന കൊടുംതപസ്സിൽ
അതിഥികളായിവന്ന നരനാരായണന്മാരോ
ടൊരുവട്ടംമായകാണാൻ വരംചോദിച്ചു.

9. ബ്രഹ്മധ്യാനത്തിലിരിക്കെ പ്രളയജലത്തിൽമുങ്ങി
പ്പൊങ്ങി നീന്തിത്തുടിച്ചേറെക്കൊല്ലങ്ങൾപോയി
കാലിൻപെരുവിരൽ കൈയാൽ വായിൽവച്ചുനുണഞ്ഞുകൊ-
ണ്ടാലിലയിൽക്കിടക്കുന്നൊരുണ്ണിയെക്കണ്ടു
അടുത്തേയ്ക്കു നീന്തിച്ചെന്ന മുനിയെ ആ ശിശു തന്റെ
യകത്തേയ്ക്ക് ശ്വാസം കൊണ്ടു വലിച്ചെടുത്തു
മുപ്പാരുമവന്റെയുള്ളിൽ കണ്ടുമോഹിച്ചതേപടി
നിശ്വാസത്തിലൂടെത്തന്നെ പുറത്തുവന്നു
പിന്നെയൊന്നുംകാണാനില്ല സമാധിയിൽനിന്നുണർന്നു
തന്നെത്തന്റെയാശ്രമത്തിൽത്തന്നെദർശിച്ചു

10. മായതന്നെയാണുകണ്ടതെന്നറിഞ്ഞു വിഷ്ണുവിനെ
വീണ്ടും ഭജിച്ചപ്പോളാശ്രമത്തിന്റെ മുമ്പിൽ
പാർവ്വതിയോടൊപ്പം വന്ന ശംഭുവിന്റെ പ്രേരണയാൽ
ആദരവോടെ മഹർഷി വരം ചോദിച്ചു
മഹാദേവന്റെയും മഹാവിഷ്ണുവിന്റെയും പാദങ്ങൾ
മഹാഭക്തന്മാരുടെ തൃച്ചേവടികളും
രതിയോടെയാദരിക്കാനുള്ള ഭാഗ്യമൊന്നുമാത്രം
മതിയടിയന്നു നൽകിയനുഗ്രഹിക്കൂ
ചോദിക്കാത്ത വിശേഷജ്ഞാനവും ചോദിച്ചതൊക്കെയും
മോദമോടെ നൽകിപുരാണാചാര്യത്വവും

11. താന്ത്രികവും വൈദികവുമായ മാർഗ്ഗങ്ങളിലെല്ലാം
ആരാധിക്കവിഷ്ണുവിനെ ലോകങ്ങളെല്ലാം
അവിടത്തെത്തിരുമേനിയാണു പന്ത്രണ്ടാദിത്യന്മാ-
രവിടത്തെത്തന്നെ വേണം പൂജിച്ചിടുവാൻ
സൃഷ്ടിസ്ഥിതിസംഹാരങ്ങളാകുംലീലകളാടുവാ-
നിപ്രകാരം കാലങ്ങളെ വിഭജിക്കുന്നു.

12. ഏതൊന്നിൽ ശ്രീഹരിയുടെ ലീലാവതാരകഥക-
ളേതൊന്നാണു മോക്ഷശാസ്ത്രമേതുകേൾക്കയും
പാടുകയും ചെയ്യുന്നവൻ പാപങ്ങൾ കഴുകിപ്പോയി
ശ്രീഹരിതൻഭക്തനായിത്തീർന്നിടുന്നുവോ
ഓരോ വാക്കും മധുരമായ്ത്തോന്നീടുന്നതേതൊന്നിലോ
ഏതുനേരവും പാടിസ്തുതിക്കേണ്ടതേതോ
അപ്പുരാണത്തിന്നാചാര്യനായ വേദവ്യാസനെയും
പുത്രനായ ശുകനെയും പ്രണമിപ്പൂ ഞാൻ

13. ധാതാവിന്നുപരമമാം ജ്ഞാനം പ്രദാനം ചെയ്തതാർ
വേദങ്ങൾ മന്ത്രങ്ങൾ കൊണ്ടു വാഴ്ത്തുന്നതാരെ
യോഗിവര്യർ ഹൃദയത്തിലാരെക്കാണ്മൂ മഹർഷിയാം
വേദവ്യാസൻപുരാണത്തിലാർതൻമഹത്വം
വിസ്തരിപ്പൂ സ്തോത്രങ്ങളാൽ ദേവന്മാരാരെ സ്തുതിപ്പൂ
രക്ഷിക്കട്ടെ നമ്മളെയക്കാരുണ്യമൂർത്തി
നാരായണ നാരായണ നാരായണ നാരായണ
നാരായണ നാരായണ രാധേഗോവിന്ദ

●

ധ്യാനം അർബുദചികിത്സയിൽ

ഭദ്രകാളി മാഹാമായേ ഭദ്രേ ഭക്തപ്രിയേ മയി
അർബ്ബുദസ്യവിനാശായ സമാരംസ്വസംഗരം

ഭദ്രംകലയതി ഇതി ഭദ്രകാളി എന്നാണ്. എല്ലാം സുഭദ്രവും സുരക്ഷിതവുമാക്കുന്ന ദേവിയാണ് അമ്മ.

കുഷ്ഠം, വസൂരി എന്നീ രോഗങ്ങളെ സംഹരിക്കുന്ന ദേവീ പ്രസാദത്തെപ്പറ്റി ധ്യാനത്തിൽ തന്നെയുണ്ട്.

അർബ്ബുദസംഹാരിണിയാണമ്മ എന്ന എന്റെ അനുഭവം ഏവരുമായി പങ്കുവയ്ക്കുവാനാണ് ഇത് പ്രസിദ്ധീകരിക്കുന്നത്. പ്രാർത്ഥനാസാഫല്യം പരസ്യപ്പെടുത്തുന്നത് ശിഷ്ടാചാരമാണ്. പത്രങ്ങളിലെ ഉപകാരസ്മരണാ പരസ്യങ്ങൾ ഒരു പ്രധാന വഴിപാടായി പരിഗണിക്കുന്നുണ്ട്.

2013 ഒക്ടോബർ മാസം ഒന്നാം തീയതി വയറ്റിലുള്ള ഒരു ഗ്രോത്ത് കാൻസറാണോ ക്ഷയമാണോ എന്നറിയാൻ ബയോപ്സി വേണമെന്ന് വൃദ്ധന്മാരുടെ വിഭാഗത്തിലെ ഡോക്ടർ നിർദ്ദേശിച്ചു. അപ്പോൾ ജനറൽ ചെക്കപ്പ് എൺപതിനായിരം രൂപയുടെ അടുത്ത് എത്തിയിരുന്നു. നാലായിരത്തിത്തൊള്ളായിരം രൂപ ജനറൽ ചെക്കപ്പ് ഓഫർ എന്നു കണ്ടു പോയതാണ്. അതിൽനിന്നുണ്ടായ സൂചനയനുസരിച്ച് ഓരോന്നോരോന്നു പരിശോധിക്കുകയായിരുന്നു. അല്പം അസഹിഷ്ണുതയോടെ ഞാൻ പറഞ്ഞു 'രണ്ടായാലും വടിയാകുന്ന കേസ്സാണല്ലോ. അതുകൊണ്ട് ഏതാണെന്നറിയേണ്ട.'

എന്നെ ഡിസ്ചാർജ് ചെയ്യണമെന്നാവശ്യപ്പെട്ടപ്പോൾ മെഡിസിൻ വിഭാഗത്തിലെ ഡോക്ടർ പറഞ്ഞു.

മറ്റു രണ്ടു പരിശോധനകൾക്കിടയിൽ കോശങ്ങളെടുത്തു പരിശോധിച്ചു. മാലിഗ്നന്റല്ല. ഏതായാലും ഗാസ്ട്രോ സർജനോടു പറഞ്ഞിട്ടു ഡിസ്ചാർജ് മേടിച്ചോളൂ.

അദ്ദേഹം ഒരു കാഷ്മീരി ബ്രാഹ്മണൻ ആയിരുന്നു. എന്റെ അഭിപ്രായവും പ്രാർത്ഥനയും ധ്യാനവുമായി ഞാൻ കഴിയാം. അസുഖം വല്ലതുമുണ്ടായാൽ വരാം. ഇടയ്ക്ക് സ്കാൻ ചെയ്തുകൊണ്ടിരിക്കാം എന്ന നിർദ്ദേശവും അദ്ദേഹം സ്വീകരിച്ചു. പിന്നീട് എല്ലാ വർഷവും സ്കാനിംഗ് ചെയ്യാറുണ്ട്. 2016 വരെ അതു തുടർന്നു. അന്ന് പണ്ട് സംശയം തോന്നിയിരുന്ന ഗ്രോത്ത് അപ്രത്യക്ഷമായി. ഞാൻ കഴിച്ചുകൊണ്ടിരുന്ന ആയുർവ്വേദ മരുന്നുകളും പ്രാർത്ഥനകളും ധ്യാനവും മറ്റുമായിരിക്കാം ഈശ്വരകൃപയാൽ ആ ഗ്രോത്ത് ഇല്ലാതാക്കിയത്. പിന്നീട് 2020 ആഗസ്റ്റ് ആദ്യവാരത്തിലെ ഹെർണിയ ഓപ്പറേഷൻ കഴിഞ്ഞപ്പോഴാണ് വയറ്റിൽ നേരിയ വേദന തോന്നിയത്. അൾട്രാസൗണ്ട് പരിശോധനയിൽ അതു കാൻസറാണെന്നു കണ്ടു. ആയിടെയാണ് അന്തരിച്ച മകൾ അപർണയുടെ പുത്രി മേധയ്ക്ക് വിവാഹം നിശ്ചയിച്ചത്. ഒക്ടോബറിലെ വിവാഹവും നവംബർ 23 എന്റെ ജന്മദിനവും കഴിഞ്ഞ് കീമോ ചെയ്യാം. അതുവരെ ആയുർവ്വേദം നോക്കാം എന്നു നിശ്ചയിച്ചു. പാലക്കാടിനടുത്ത് ആയുർവ്വേദവും സിദ്ധയും സമന്വയിച്ചുള്ള ഒരു ചികിത്സ തുടർന്നു.

2006-ൽ മെഡിക്കൽ ഇൻഷുറൻസെടുക്കാനുള്ള ചെക്കപ്പിൽ ഹൃദയത്തിൽ വാൽവിന് വലിയ ബ്ലോക്കുണ്ട്, സ്റ്റെന്റ് ചികിത്സ വേണമെന്നു നിർദ്ദേശിച്ചപ്പോൾ ആയുർവ്വേദ ചികിത്സയാണ് ചെയ്തത്. അതിനും തിരുവനന്തപുരത്ത് വൈദ്യരുടെ സിദ്ധയും ആയുർവ്വേദവും സമന്വയിച്ച ചികിത്സ ചെയ്തിരുന്നു. ഹൃദയസംബന്ധമായി പിന്നെ പ്രശ്നമൊന്നുമുണ്ടായില്ല. പ്രാർത്ഥനയും ധ്യാനവും മറ്റും തുടർന്നിരുന്നു. വിശിഷ്യ ഭാഗവതത്തിൽ പറയുന്ന അംഗേഷു മാം വിചിന്തയ പ്രാണസ്യ ശോധയേൻ മാർഗ്ഗം എന്നീ ധ്യാനങ്ങളാണ് ചെയ്യാറ്. അവയവങ്ങളിലോരോന്നിലും ഭഗവാന്റെ സാന്നിധ്യം ചിന്തിക്കൂ, ശ്വാസവായു പോകുന്ന വഴി മനസ്സു നടത്തുക.

ഇങ്ങനെ 2006 മുതൽ ഇന്നുവരെ ചികിത്സയും അതോടൊപ്പമുള്ള പ്രാർത്ഥനയും ധ്യാനവും ജീവിതവും ആരോഗ്യവും തന്നുകൊണ്ടിയിരിക്കുന്നു.

2020 ഡിസംബർ 2-ാം തീയതിയാണ് എന്റെ ഉദരത്തിൽ പാൻക്രിയാസിനുമുകളിലായി ഉണ്ടായിരുന്ന അർബ്ബുദം മൂന്നാമത്തെ സ്റ്റേജിലെത്തിയതും മരണം ഉടനുണ്ടാകുമെന്നു പരിശോധനയിൽ തെളിഞ്ഞതും. അതുകൊണ്ട് അവർ അഡ്മിറ്റു ചെയ്തില്ല. ഗവൺമെന്റ് ഡോക്ടർകൂടിയായ എന്റെ മകൾ എതിർത്തതുകൊണ്ടും ഡോ. ഗംഗാധരനെ കാണാതെ പോവുകയില്ലെന്ന് ഞാൻ ശഠിച്ചതു

കൊണ്ടുമാണ് ചികിത്സ തുടർന്നത്. 2021 ഏപ്രിലിൽ നടത്തിയ പരിശോധനയിൽ കാൻസർ പിൻവാങ്ങുകയാണെന്ന സൂചന കിട്ടി. ആധുനിക ശാസ്ത്രത്തിലെ ഇമ്മ്യൂണോതെറാപ്പി എന്ന സംവിധാനം ഡോ. ഗംഗാധരന്റെയും ഡോ. അനുപമയുടെയും യുക്തിപൂർണ്ണമായ സമീപനം, ഡോ. അനുപമയുടെ നിതാന്തവും നിരന്തരവുമായ ശ്രദ്ധ, എന്റെ മകൾ ഡോ. അനുജാ ഭാഗ്യലക്ഷ്മിയുടെയും ലേക്ഷോർ ആശുപത്രിയിലെ സമർത്ഥരായ നഴ്സുമാരുടെയും മറ്റുള്ളവരുടെയും ശുശ്രൂഷ എന്നിവയോടൊപ്പം ഒക്കെയ്ക്കും കാരണമായി ഗുരുവായൂരപ്പന്റെ അനുഗ്രഹം. അടിത്തറയായി നാമംകുളങ്ങര അമ്മയുടെ കാരുണ്യം. ചികിത്സാകാലം ധ്യാനാവസ്ഥയിലായിരുന്നു മിക്കപ്പോഴും.

മെഡിറ്റേഷനിൽ അംഗദർശനം, പ്രാണദർശനം, മന്ത്രദർശനം, മൗനദർശനം തുടങ്ങിയവയോടൊപ്പം ധാരണ ധ്യാനം എന്നീ പടികളുണ്ട്. എന്റെ ധ്യാനാവസ്ഥയിൽ കിട്ടിയ ദർശനമാണ് അർബ്ബുദ സംഹാരിണിയായ ഭദ്രകാളി. ചികിത്സാക്കാലത്ത് ചില സന്ദർശകരോടു ഞാൻ പറഞ്ഞിട്ടുള്ള ആ കാരുണ്യദർശനം നിങ്ങളുമായി പങ്കുവയ്ക്കുകയാണ്.

അഞ്ചാറുമണിക്കൂർ നീണ്ടുനിൽക്കുന്ന ഡ്രിപ്പിലൂടെയുള്ള ഇൻജക്ഷന് കിടക്കുന്ന ഞാൻ ധ്യാനത്തിലേക്ക് കടക്കുന്നു. മേൽപ്പറഞ്ഞ ഘട്ടങ്ങൾ കഴിയുമ്പോൾ മനസ്സിൽ വ്യക്തമായി ഞാൻ ബാല്യത്തിൽ 1953–1964 കാലത്ത് നാമംകുളങ്ങര ദുർഗ്ഗാദേവിയുടെ നടയിൽ പൂജയ്ക്കിരുന്ന രംഗം തെളിയും. എന്റെ പ്രാർത്ഥനയനുസരിച്ച് ഗുരുവായൂരപ്പൻ ദാമോദരനായി ഗരുഡോപരി എഴുന്നള്ളി ദുർഗ്ഗയുടെ വലതുവശത്തിരിക്കും. ഗരുഡൻ പിൻവാങ്ങും. പിന്നീട് വലിയ വേട്ടാളന്റെ രൂപത്തിലുള്ള പക്ഷി വാഹനത്തിൽ ഭദ്രകാളി ദുർഗ്ഗയുടെ ഇടതുവശത്തേക്ക് എഴുന്നള്ളും സിംഹാസനത്തിലിരിക്കും. അമ്മയുടെ വേട്ടാളൻ വാഹനം മൺപുറ്റുപോലെ എന്റെ പാൻക്രിയാസിനു മുകളിലുള്ള കുമിളകൾ പോലുള്ള ഗ്രോത്തിനു മുകളിലിരുന്നുകൊണ്ടു ആ ഭാഗത്തുനിന്നു മാംസം ചുരണ്ടിയെടുക്കും. വേട്ടാളൻ കയറിൽ കൂടുകൂട്ടുന്നതുപോലെ ദുർഗ്ഗയുടെ വലതുവശത്തിരിക്കുന്ന ദാമോദരഗുരുവായൂരപ്പന്റെ വയറിനു ചുറ്റും കെട്ടിയിട്ടുള്ള കയറിൽ ആ വേട്ടാളൻ കൊണ്ടുവന്ന മാംസപ്പശ കൊണ്ടു കൂടുകൂട്ടും.

ആ സമയത്ത് ഞാൻ അമ്മയെ സ്തുതിക്കും. ആരാണ് ഉപദേശിച്ചതെന്നറിയില്ല ഒരു മന്ത്രം ജപിക്കും. ഋഷിയോ കവിയോ ആരാണെന്നുമറിയില്ല. മന്ത്രം ഇതാണ് എനിക്കായി അമ്മ തന്ന മന്ത്രം എന്നു കരുതുന്നു.

ഭദ്രകാളി മാഹാമായേ ഭദ്രേ ഭക്തപ്രിയേമയി
അർബ്ബുദസ്യവിനാശായ സമാരംസ്വസംഗരം

മയി-എന്നിൽ,
അർബുദസ്യ കാൻസറിന്റെ
വിനാശായ-വിനാശത്തിന്
സംഗരം-യുദ്ധം
സമാരംഭസ്വ-തുടങ്ങിയാലും

അർത്ഥം:

അത്ഭുതകരവും യുക്തിരഹിതവുമായ കാരുണ്യം ഉള്ള ഭക്ത പ്രിയയായ ഭദ്രകാളി എന്നിലുള്ള (മയി) അർബ്ബുദത്തെ നശിപ്പിക്കുന്നയുദ്ധം ആരംഭിച്ചാലും.

ഭദ്രകാളി മഹാത്മ്യത്തിലെ ഒരു സന്ദർഭം അനുസ്മരിച്ചാണ് യുദ്ധം (സംഗരം) എന്ന വാക്ക്.

ദാരികൻ അസുരപക്ഷത്തു വന്നു. അവൻ രക്തബീജനാണ്. ഒരു തുള്ളിച്ചോര വീണാൽ ഒരുപാടു അസുരന്മാരുണ്ടാകും. ദുർഗ്ഗാ ദേവിയും മറ്റ് മാതൃക്കളും തൽക്കാലത്തേക്കു പിന്മാറി. ശിവൻ നാരദനെക്കൊണ്ട് വിവരങ്ങൾ അന്വേഷിപ്പിച്ചു (ഇതാണ് മുടിയേറ്റിന്റെ ആദ്യരംഗത്തിൽ നാരദൻ ഓല വായിക്കുന്ന രംഗം. നാരദൻ റിപ്പോർട്ടു കൊടുക്കുകയാണ്.)

ഈ സമയത്താണ് മഹാവിഷ്ണുവിന്റെ നിർദ്ദേശപ്രകാരം ശിവനിൽനിന്നു ജനിക്കുന്ന ഭദ്രകാളി വരുന്നത്. വലിയ നാക്കുള്ള വേതാളത്തിന്റെ പുറത്ത്. യുദ്ധക്കളത്തിലെ രക്തത്തുള്ളികൾ അപ്പപ്പോൾ വേതാളം നക്കിയെടുക്കും. രക്തം നിലത്തുവീഴാതെ ദാരികനെക്കൊന്ന് ദാരികന്റെ തലവെട്ടിയെടുത്തു ശിവന്റെ സന്നിധിയിലേക്ക് അമ്മ വരുന്നു. അതാണ് കളംപാട്ടിന്റെ സന്ദർഭം. ഭദ്രകാളിയോടു നിന്റെ രൂപം ഭീകരമാണ് ശാന്തയാകൂ എന്ന് ശിവൻ ഉപദേശിക്കുകയാണ്. കണ്ണാടിയിൽ പ്രതിരൂപം കാണുന്നതുപോലെ ശിവൻ കുറുപ്പിനെക്കൊണ്ടു വരപ്പിച്ച ചിത്രം അമ്മ കാണുന്നു. കോപം നിയന്ത്രിക്കുന്നു. കളത്തിൽ ഇടതുവശം മുകളറ്റത്തു പീഠവും വാളും കാണാം. പീഠം കൈലാസം എന്നും വാൾ ഭദ്രകാളി എന്നും ധരിക്കണം.

അങ്ങനെ കോപം നിയന്ത്രിച്ചു പ്രസാദിക്കുന്ന അമ്മയുടെ ഭൂതഗണങ്ങൾക്കെല്ലാം വലിയ ഒരു സത്ക്കാരം കൈലാസത്തിൽ ഒരുക്കുന്നു.

ഇതാണ് നമ്മുടെ വലിയ കുരുതി മഹോത്സവം. പാലച്ചുവട്ടിൽ പീഠത്തിൽ നെല്ലും അരിയും വച്ച് അതിന്റെ മുകളിൽ നാളികേരം വയ്ക്കുന്നത് കൈലാസത്തിലിരിക്കുന്ന ശിവനാണ്. പാട്ടിന്റെ കളത്തിൽ നിന്നെഴുന്നള്ളിക്കുന്ന വാൾ ഭദ്രകാളിയാണ്. വാൾ എഴുന്നള്ളിക്കുന്നയാൾ ഇടത്തുകൈയിൽ പിടിക്കുന്ന നിണം പുരട്ടിയ (പട) നിവേദ്യം ദാരികൻ തലയാണെന്നു സങ്കല്പിക്കുന്നു. കുരുതി നിവേദ്യം സ്വീകരിച്ചതിനുശേഷം ഭദ്രകാളി ഭൂതഗണങ്ങളോടു ഇനി നിങ്ങളെല്ലാവരും രക്തതുല്യമായ പാനീയം സ്വീകരിക്കുക എന്നു കല്പിക്കുന്നു എന്ന അർത്ഥത്തിലാണ് കുരുതി തർപ്പണം കഴിഞ്ഞു പന്തങ്ങളിൽ തെള്ളിയെറിഞ്ഞിട്ടു ഭക്തന്മാരെയെല്ലാം പറഞ്ഞു വിട്ടുകൊണ്ട് പൂജാരി എരിതേങ്ങാ എറിയുന്നത്. ആരും തിരിഞ്ഞുനോക്കരുത് എന്നു പറയുന്നത് എരിതേങ്ങ എറിഞ്ഞാൽ അനുവാദം കാത്തുനിൽക്കുന്ന ഭൂതങ്ങൾ രക്തക്കളത്തിലേക്കെത്തിച്ചേരും എന്നതിനാലാണ്. ഏഴു ദിവസം അവർ അവിടെക്കാണും എന്നാണ് വിശ്വാസം. സന്ധ്യയ്ക്കു നടയടയ്ക്കുന്നത് അതിനാലാണ്. അമ്മയ്ക്ക് വേതാളത്തെ വാഹനമായി കിട്ടുമ്പോൾ വേതാളം വിശന്നിരിക്കുകയായിരുന്നു. മഹാവിഷ്ണു ഗരുഡന്റെ ഒരു ഞരമ്പിൽ വിരൽനഖം താഴ്ത്തി വേതാളത്തിനു രക്തം കൊടുത്തു. ഈ കഥയാണ് ഗരുഡൻതൂക്കത്തിലുള്ളത്. 'ചൂണ്ടകുത്തൽ' വിഷ്ണുവിന്റെ നഖം താഴ്ത്തലാണ്.

തീയാട്ടു ഭദ്രകാളി കോപിഷ്ഠയായി ദാരിക ശിരസ്സുംകൊണ്ടു വരുമ്പോൾ അതിഘോരരൂപം കണ്ടുപേടിച്ചിട്ടു ദേവിയെ പുറകോട്ടു തിരിക്കാനായി ശിവൻ എണ്ണ തേച്ചുനിൽക്കുന്നതിനാൽ അമ്മ തിരിഞ്ഞുനിൽക്കുന്നിടത്താണാരംഭിക്കുന്നത്. ഇങ്ങനെ ഓരോ ദേവനും ഓരോ സന്ദർഭത്തിനും അനുസരിച്ച് അനവധി അവസ്ഥകൾ ഉണ്ടാകും. അവസ്ഥകളിലാണ് പ്രതിഷ്ഠ.

ഒരു കഥ പറയാം. രാമായണത്തിലെ ശ്രീരാമൻ രാവണവധം കഴിഞ്ഞുവരുംവഴി ഭരദ്വാജാശ്രമത്തിൽ കയറി. വലിയ സത്ക്കാരം, കൊടിതോരണങ്ങൾ. രാമൻ ചോദിച്ചു. ''മഹർഷേ ഞാൻ ഇവിടെ പണ്ടുവന്നപ്പോഴൊന്നും ഇല്ലാത്ത ഈ സത്ക്കാരം എന്തിനാണ്.''

മഹർഷി പറഞ്ഞു.

''ബാലനായി വിശ്വാമിത്രനോടൊപ്പം വന്നിട്ടുണ്ട്. പിന്നീട് ഭാര്യാവിരഹംകൊണ്ടു തളർന്നു വാനരന്മാരുടെ കൂടെ വന്നു. അത്തരം അവസ്ഥയൊന്നുമല്ല ഇപ്പോൾ. അങ്ങയുടെകൂടെ കിഷ്കിന്ധാ രാജാവ് സുഗ്രീവൻ, ലങ്കാചക്രവർത്തി വിഭീഷണൻ, മഹാദേവസുതനും വായുപുത്രനുമായ ഹനുമാൻ ഇങ്ങനെ ചക്രവർത്തി അവസ്ഥയാണ്.

രാമാ മനുഷ്യനെയോ ദേവനെയോ അവരുടെ അവസ്ഥകൾക്കനുസരിച്ചാണ് പൂജിക്കുന്നത്. ആ യുക്തിയാണ് ഈ സൽക്കാരത്തിനു പിന്നിൽ. വ്യക്തിക്കല്ല, ശരീരത്തിനല്ല അവസ്ഥയ്ക്കാണ് പൂജ.

ഭരദ്വാജൻ പറഞ്ഞതുപോലെ

'അവസ്ഥാം പൂജ്യതേ'

ഭദ്രകാളിയുടെ പല അവസ്ഥകളിലുള്ള ഗരുഡൻതൂക്കം, മുടിയേറ്റ്, കളമെഴുത്തുപാട്ട്, വലിയകുരുതി തർപ്പണം എന്നിവയെപ്പറ്റിയുള്ള കഥകളറിഞ്ഞാൽ ആരാധന അർത്ഥപൂർണ്ണമാകും. പുരാണങ്ങൾ അനുഷ്ഠാനങ്ങളെ സാധൂകരിക്കുന്ന കഥകളാണ്.

അത്തരം ഒരവസ്ഥയാണ് ലേക്ഷോർ ആശുപത്രിയിൽ കാൻസർ വാർഡിൽ അർദ്ധബോധാവസ്ഥയിൽ എനിക്ക് അമ്മ കാണിച്ചുതന്നത്. ആ കാരുണ്യമാണ് 2021-ൽ നാമംകുളങ്ങരയിലെ വലിയകുരുതി പൂജയ്ക്ക് എന്നെ നിയോഗിച്ചത്. അമ്മയെ ഞാൻ 'അർബ്ബുദനാശിനി' എന്ന അവസ്ഥയിൽ എന്നും ധ്യാനിക്കുന്നു. അർബ്ബുദരോഗത്തിനുള്ള പ്രത്യേക പ്രാർത്ഥനയും അതിനുള്ള മന്ത്രവും ശാശ്വതമാകട്ടെ. ഇനിയും പറ്റിയെങ്കിൽ കഥകൾ പറഞ്ഞു സപ്താഹങ്ങളിൽ നമുക്കൊന്നിക്കാം.

അമ്മേ നാരായണാ...അമ്മേ നാരായണാ...

അമ്മേ നാരായണാ

●